வாழ்வியல் போற்றுதும்

முனைவர் என். மாதவன்

BOOKS FOR CHILDREN

Vazhviyal Potruthum
Prof. N.Madhavan
Illustration: Pillai
First Published: July, 2024
BOOKS FOR CHILDREN
imprint of Bharathi Puthakalayam
7, Elango Salai, Teynampet, Chennai - 600 018.
Email: bharathiputhakalayam@gmail.com | www.thamizhbooks.com

வாழ்வியல் போற்றுதும்
முனைவர் என்.மாதவன்
ஓவியம்: பிள்ளை
முதல் பதிப்பு: ஜூலை, 2024
வெளியீடு:

BOOKS FOR CHILDREN

புக்ஸ் ஃபார் சில்ரன் | பாரதி புத்தகாலயத்தின் ஓர் அங்கம்
7, இளங்கோ சாலை, தேனாம்பேட்டை, சென்னை - 600 018.
தொலைபேசி : 044 24332424, 24330024 | விற்பனை: 24332924
விற்பனை உரிமை

பாரதி புத்தகாலயம்

விற்பனை நிலையங்கள்

அருப்புக்கோட்டை: கதவுஎண் 49 A/4 மெயின் ரோடு, தெற்கு தெரு - 9994173551
ஈரோடு: 39, ஸ்டேட் பாங்க் சாலை - 9245448353
கரூர்: நாரத கானசபா அருகில் (TNGEA OFFICE)- 9442706676
காரைக்குடி : 12, 2 வது தெரு, கம்பன் மணிமண்டபம் பின்புறம் - 9443406150
கும்பகோணம்: 352, ரயில் நிலையம் எதிரில் - 9443995061
கோவை: 77, மசக்காளிபாளையம் ரோடு, பீளமேடு - 8903707294
சிதம்பரம்: 22A / 18B தேரடி கடைத் தெரு, கீழவீதி அருகில் - 9994399347
செங்கல்பட்டு: 1 D ஜி.எஸ்.டி சாலை - 044 27426964
சேலம்: 15, வித்யாலயா சாலை
தஞ்சாவூர்: காந்திஜி வணிக வளாகம் காந்திஜி சாலை - 9655542400
திண்டுக்கல்: பேருந்து நிலையம் - 9942331105, 9976053719
திருச்சி: வெண்மணி இல்லம், கரூர் புறவழிச்சாலை - 9994289492
திருநெல்வேலி: நவஜீவன் டிரஸ்ட் வளாகம், 48-B/10, அம்பை ரோடு, வீரமாணிக்கபுரம் - 9442149981
திருப்பூர்: 447, அவினாசி சாலை - 9486105018
திருவண்ணாமலை: முத்தம்மாள் நகர்
திருவல்லிக்கேணி: 48, தேரடி தெரு - 9444428358
திருவாரூர்: 35, நேதாஜி சாலை - 9442540543
நாகர்கோவில்: 699 கே.பி.ரோடு R.V.புரம் - 9443450111
நெய்வேலி: பேருந்து நிலையம் அருகில், - 9443659147
பழனி: பேருந்து நிலைய வளாகம் - 7010760693
புதுச்சேரி : கிழக்கு கடற்கரைச்சாலை, இலாசுப்பேட்டை, 9486102777
பெரம்பூர்: 52, கூக்ஸ் ரோடு - 9444373716
மதுரை: 37A, பெரியார் பேருந்து நிலையம் - 045 22324674 & சர்வோதயா மெயின்ரோடு
வடபழனி: பேருந்து நிலையம் எதிரில் அடையார் ஆனந்தபவன் மாடியில் - 9444476967
விருதுநகர்: 131, கச்சேரி சாலை - 0456 2245300
வேலூர்: பேஸ் III, சத்துவாச்சாரி - 9442553893

வடிவமைப்பு: ஆர். காளத்தி

நினைத்த நூல்கள்... நினைத்த நேரத்தில்... thamizhbooks.com 8778073949

ரூ. 90/-
அச்சு : பிரிண்டெக், சென்னை - 600 005.

BharathiTV | www.bookday.in

சமர்ப்பணம்:

எமது இரண்டாவது பெற்றோர்
பிரியமான அண்ணன் - அண்ணி

முனைவர் என்.பத்ரி - திருமதி எம்.எல்.பிரபா
ஆகியோருக்கு

அணிந்துரை

மாதவன் அவர்கள் ஆசிரியராகவும் அதற்கு இணையாக விருப்பமாகவும், திறமையாகவும் குழந்தைகளுக்குச் கதை சொல்லும் அரிய வகை திறன் படைத்தவராக நன்கு அறிமுகமானவர். அறிவியல்பூர்வமாகவும், நகைச்சுவை உணர்வுடன் கூடியதாகவும் அதே நேரத்தில் நல்ல சிந்தனைகளைக் கடத்துவதாகவும் இவரது உத்தி இருக்கும்.

25 கதைகள் கொண்டதாக அவரது இந்தத் தொகுப்பு அமைந்துள்ளது. புத்தம், ஜென், இஸ்லாமியத் தத்துவங்கள் வாழ்க்கை வரலாறுகள் மற்றும் இறையியல் கருத்துக்கள் போன்றவற்றின் உதவியோடு வாழ்வியல் கலையை விளக்க முற்பட்டுள்ளது. மாதவனது மொழியானது சரளமானதாகவும், எளிமையாகவும் அமைந்துள்ளது, ஒவ்வொரு கதையும் அடுத்த தலைமுறைக்கு இன்றைக்கு மிகவும் தேவையான நற்பண்புகளையும் கடத்துவதாக அமைந்துள்ளது.

நான் இவற்றை மிகவும் இரசித்து வாசித்தேன். அடுத்த கிராமத்திற்கு எளிமையாகச் செல்ல வழியை உண்டாக்க முதியவர் ஒருவர் பாறைகளை தனது உளிகளால் உடைக்கும் கதை, தமக்கு எல்லாம் தெரியும் என்று நினைப்பவர்கள் கற்க இயலாது என்ற உண்மையையும், கற்க விரும்புவோர் காலியான குவளையாகச் செல்லவேண்டும் போன்ற கதைகளும் இதில் அடங்கும்.

இந்தத் தொகுப்பானது ஒவ்வொரு வீட்டிலும் இருக்கவேண்டிய ஓர் அரிய நூலாக நான் கருதுகிறேன். வீட்டில் இருப்பதோடு பெற்றோர்கள் குழந்தைகளுக்கு இரவு நேரத்தில் சொல்லும்

கதைகளாக பயன்படுத்தப்படலாம். இதன் மூலம் நமது பாரம்பரிய நல்லொழுக்கங்களை குழந்தைகளிடையே வளர்த்தெடுக்க இயலும்.

இப்படிப்பட்ட அழகிய தொகுப்பைக் கொண்டுவரும் மாதவனுக்கு எனது மனமார்ந்த வாழ்த்துகளும் பாராட்டுகளும்.

வாழ்த்துகளுடன்

பேரா. முனைவர் சுல்தான் அகமது இஸ்மாயில்

ஆசிரியர் - மண் அறிவியல் அறிஞர்

உறுப்பினர், மாநிலத் திட்டக்குழு,

தமிழக அரசு

“வாழ்வியல் போற்றுதும்” உருவான கதை

மக்கள் இயல்பாகவே தமக்குத் தெரிந்த விஷயங்களை அடுத்தவர்களோடு பகிர்ந்துகொள்வர். இயல்பாக இருப்போர்க்கே இப்படி என்றால், வாசிக்கும் பழக்கம் உடைய எவருக்கும் தாம் வாசிப்பதை அடுத்தவர்களோடு பகிரும் ஆர்வம் இருக்கவே செய்யும். பேச்சாளர்கள் பல நேரங்களில் தமது உரையின் சுவை கூட்ட பல நூல்களில் தாங்கள் வாசித்தவற்றையே உரிய ஏற்ற இறக்கத்துடன் பகிர்கின்றனர். வாசிப்பின் பாதிப்போடுதான் எழுத்தாளர்களின் எழுத்துகளும் பரிமணமிக்கின்றன.

வழக்கமாக கொஞ்சம் வாசிப்பவன் என்றாலும் கரோனா பெருந்தொற்றுக் காலத்தில் வாசிக்க நிறைய நேரம் கிடைத்தது. வாசித்த நல்ல கதைகளில் சிலவற்றைப் பல ஆக்கங்களில் பயன்படுத்தியும் வந்தேன். இன்னும் பகிர, படிக்க நிறைய உள்ளது. நிற்க.

உலகில் அனைத்து சமயங்களும் நல்லனவற்றையே போதிக்கின்றன. சிந்தனையாளர்களும் தங்கள் நல்ல சிந்தனைகளை விதைத்தே செல்கின்றனர். சமய அறிஞர்கள், சிந்தனையாளர்கள் பலரது வாழ்க்கை வரலாறுகளை வாசிப்பதும், சமயங்கள் பலவற்றோடு தொடர்புடையதாகக் கூறப்படும் கதைகள் சிலவற்றை வாசிப்பதும் ஈடு இணையற்ற அனுபவங்களைத் தருகிறது. பல நேரங்களில் ஒரே சம்பவமே பல்வேறு ஆளுமைகள் வாழ்வில் நடந்தது போன்று மாற்றி மாற்றிப் பகிரப்பட்டிருக்கும். தனது மகன் இனிப்பு சாப்பிடுவதைக் குறைத்துக்கொள்ள அறிவுரை வேண்டி

புத்தரிடம் தாய் ஒருவர் வருவதாகக் கூறப்படும் கதை இதற்கு உதாரணம். இதே இடத்தில் புத்தருக்குப் பதில் பலரையும் பொருத்திப் பகிர்ந்திருப்பது காணக்கிடைக்கிறது. ஆனால் அனைத்தும் போதிக்கும் விஷயம் என்னவோ ஒன்றுதான். “தாம் கடைபிடிக்காதவற்றை அடுத்தவருக்குப் போதிக்காதீர்கள்”.

காலந்தோறும் இப்படிப்பட்ட கருத்துக்கள் பல்வேறு ஊடகங்கள் மூலமாக மனிதர்களை அடைந்து மனித வாழ்வியலை எளிமையாக்கி வருகிறது. அந்த வகையில் இந்த முயற்சி ஒரு தொகுப்புதான். ஒவ்வொரு சம்பவத்தையும், கதையையும் இன்றைய வாழ்வியலுக்கு இணைத்த வரிகள் மட்டுமே எம்முடையது. பல்வேறு இணையதளங்களும் நூல்களும் இதற்கு உதவின. அவை பட்டியலிட முடியாத அளவுக்கு மிக அதிகமானவை. அவை அனைத்திற்கும் நன்றி!

இத் தொகுப்பு வெளிவர நான் பெரிதும் நன்றி கூற வேண்டிய நபர் தருமபுரி மாவட்டம், பென்னகரம் ஒன்றியத்தைச் சேர்ந்த தலைமை ஆசிரிய நண்பர் கூத்தப்பாடி மா. கோவிந்தசாமி அவர்களே. அவர் அவரது பகுதியில் பணியாற்றி வரும் அரசுப் பள்ளி ஆசிரியர்களுக்காக வணக்கம் நியூஸ் பேப்பர் என்ற தினச்செய்தி இதழை வாட்ஸ் அப் செயலியில் நடத்தி வருகிறார். அந்த இதழுக்கு முதலில் ஒரு கட்டுரை கேட்டிருந்தார். பின்னர் அதற்கு கிடைத்த வரவேற்பைத் தொடர்ந்து வாரந்தோறும் திங்கட்கிழமைகளில் இந்த முயற்சியை மேற்கொண்டோம். 15 ஜனவரி 2024. திங்கட்கிழமை துவங்கிய தொடர் இன்று வரை தொடர்கிறது. இடையில் சில சந்தர்ப்பங்களால் வெளியாகவில்லை. அருமையான படங்களை இணைத்து அவர் இந்தக் கருத்துக்கள் பரவ எடுத்துக்கொண்ட முயற்சி எனக்கு அகமகிழ்ச்சியடையச் செய்தது. அவருக்கு மனமார்ந்த நன்றி!

தமிழக அரசின் திட்டக்குழு உறுப்பினர் மற்றும் தமிழ்நாடு மாநிலக் கல்விக்கொள்கைக் குழு உறுப்பினருமான பேராசிரியர் முனைவர் சுல்தான் அகமது இஸ்மாயில் அவர்களை இந்த எளிய முயற்சிக்கு அணிந்துரை அளிக்க அணுகினேன். அவரும், அவருக்கிருக்கும் பணிப்பளுவினிடையே இன்முகத்தோடு ஒப்புதல் அளித்தார். குறுகிய காலத்திற்குள்ளாகவே

மிகச்சிறப்பான அணிந்துரையினை அளித்து ஆசிகளை அளித்துள்ளார். அவருக்கு எமது மனமார்ந்த நன்றிகள்!

இந்நூலினை அழகிய வடிவமைப்பில் கொண்டுவரும் பாரதி புத்தகாலயம் தோழர் க.நாகராஜன் அவர்களுக்கும் அருமையான அட்டையினையும் நூலையும் சிறப்பாக வடிவமைத்துள்ள தோழர் ஆர்.காளத்தி அவர்களுக்கும், கருத்துச்செறிவுள்ள அருமையான படங்களை வரைந்து நூலுக்கு அழகு சேர்த்துள்ள ஓவியர் பிள்ளை அவர்களுக்கும் மனமார்ந்த நன்றிகள்.

எப்போதும்போல் எமது துணைவியார் திருமதி பா.விஜயலட்சுமி அவர்கள் இந்நூல் வெளிவருவதிலும் பங்காற்றியுள்ளார். அவருக்கும் இந்தக் கருத்துக்களை நான் தெம்பாக வெளிப்படுத்தும் மனநிலையை அளித்து வரும் எனது மகன்கள் செல்வன் மா.வி.கிருஷ்ணகுமார் மற்றும் செல்வன் மா.வி.கிஷோர் குமார் ஆகிய இருவருக்கும் நன்றிகளும் ஆசிகளும்.

எல்லாவற்றுக்கும் மேலாக தொடராக வெளியான ஒவ்வொரு வாரமும் பல்வேறு நபர்கள் புலனத்திலும், முகநூலிலும் வாசித்து உற்சாகமூட்டினர். அவர்களுக்கும் எப்போதும் எனது எழுத்துக்களை வாசித்துப் பலருக்கும் பகிர்ந்து உதவிவரும் எமது வாசகர்களுக்கும் மனமார்ந்த நன்றி!

முனைவர் என்.மாதவன்
மாநிலத் துணைத்தலைவர்
தமிழ்நாடு அறிவியல் இயக்கம்
76, மதுார் கிராமம் மற்றும் அஞ்சல்
வழி எலப்பாக்கம் 603201
செங்கற்பட்டு மாவட்டம்
thulirmadhavan@gmail.com

உள்ளடக்கம்

1

உறவுகளை உயிரோட்டமாக்கட்டும்

"**சா**ப்பிட வா, சாப்பிட வா" என்று தன் மகனை அம்மா ஒருவர் அழைத்துக்கொண்டிருந்தார். அவவோ கண்டு கொள்வதாகத தெரியவில்லை. இதனைக் கவனித்த அவரது அப்பா உடனே தனது கைபேசியை எடுத்தார். "சிற்றுண்டி தயார், சாப்பிட வரலாம்" என புலனத்தில் தகவல் அளித்தார். உடனடியாக மகன் சாப்பிட வந்து சேர்ந்தார்.

ஒவ்வொரு காலகட்டத்திலும் குழந்தை வளர்ப்பு என்பது பல்வேறு வகைகளில் பரிணாம வளர்ச்சி பெற்று வருகிறது. சுமார் 60, 70களில் பிறந்தோர்க்கும் 90 களில் பிறந்தோர்க்கும் வளர்ந்த முறைகளில் பாரதூரமான ஏற்றத்தாழ்வுகளைக் காண இயலும். தகவல்தொடர்பிற்கு முன்னவர்கள் எழுதிய கடிதங்கள் அளவிற்கு பின்னவர்கள் எழுதியிருக்க வாய்ப்பில்லை. அது போலவே ஒரு செய்தியைப் பகிர முன்னவர்கள் பயன்படுத்திய அளவிற்கான சொற்களை பின்னவர்கள் பயன்படுத்த தேவையிருந்திருக்காது.

இது இப்படி என்றால் 90 களில் பிறந்தோர்க்கும் 2000களில் பிறந்தோர்க்கும் வளரும், வாழும் விதங்களில் மேலும் ஏற்றத்தாழ்வுகள் அதிகமாகி வருகிறது.

நிச்சயம் தகவல் தொழில்நுட்பத்தின் பயன்பாடு வாழ்வை எளிமையாக்கியுள்ளது. நேர விரயத்தைக் குறைத்துள்ளது. அடுத்தோர் நலமுடன் வாழ்வதை உள்ளங்கை நெல்லிக்கனியாக தினம் தினம் காட்டிக்கொண்டிருக்கிறது. மறுப்பதற்கில்லை.

ஆனால் ஒருவர் வாழும் நாட்களில் அடுத்தோரிடம் பழகும்போது ஏற்படுத்தும் தாக்கங்கள், அடுத்தோர்க்கு செய்யும் உதவிகள் போன்றவற்றின் மூலம் ஏற்படும் நினைவுகளே எதிர்காலத்தில் நினைத்து நினைத்து மகிழும் வாய்ப்பைத் தரவல்லன.

புலனத்தில் பகிரும் செய்திகள் எந்த அளவுக்கு விரைவாக தாக்கத்தை உண்டாக்குமோ, அதே அளவுக்கு விரைவாக நினைவிலிருந்தும் மறையும். ஒருவர் முகம் பார்த்துப் பேசி பழகும் வாய்ப்புள்ள அனைத்து நேரங்களிலும் அவ்வாறே பேசிப் பழகத் தொடங்குவோம். இதுவே என்றென்றைக்கும் நினைவிலிருக்கும் மகிழ்ச்சியைத் தரவல்லது. புலனத்தில் சேகரமாகும் நேரங்களை அண்மையிலுள்ளோரோடு பேசப் பழகப் பயன்படுத்துவோம்.

ஏனென்றால் ,எவ்வளவு விலை உயர்ந்த, நேர்த்தியான அறிதிறன்பேசியாயிருப்பினும் அதனால் நாம் மயக்கமுற்றால் தண்ணீர் தர இயலாது. அதற்கு அண்மையிலுள்ள அடுத்த மனிதர்களால்தான் சாத்தியமாகும். உறவுகள் உயிர்ப்போடிருக்க புலனம் உதவட்டும். உயிரோட்டமாயிருக்கும் வழிவகைகளையும் கண்டு தேர்ந்து தெளிந்து பயன்பாட்டுக்கு கொண்டுவருவோம்.

உங்களுக்கு என்ன நேர்கிறது என்பதைவிட நேர்வதற்கு
நீங்கள் எவ்வாறு எதிர்வினையாற்றுகிறீர்கள் என்பதே முக்கியம்
- எபிக்டேடஸ்

2

வேகமா...? விவேகமா...?

நாள் ஒன்றின் காலை நேரம். குரு ஒருவரின் ஆசிரமத்தை நோக்கி சீடன் ஒருவன் வேகமாக வந்தான். குறிப்பிட்ட கலை ஒன்றின் பெயரைச் சொல்லி, "நான் அதனை கற்க விரும்புகிறேன், எவ்வளவு நாட்களாகும்?" என்று கேட்டான்.

குரு அவனிடம் "சுமார் இரண்டு ஆண்டுகளாகும்" என்றார்.

"ஒரு நாளைக்கு எவ்வளவு நேரம் கற்பிப்பீர்கள்"

"இரண்டு மணிநேரம்."

"அப்படியானால் நாள் ஒன்றுக்கு நான் 4 மணிநேரம் படிக்கத் தயாராக உள்ளேன். எனக்கு ஓராண்டில் கற்பிக்க முடியுமா?"

"நாளொன்றுக்கு நான்கு மணிநேரம் கற்பித்தால் கற்க நான்காண்டுகளாகும்."

சீடன் குழப்பம் அடைந்தான்.

"ஏன், அதிக நேரம் கற்கும்போது வேகமாக கற்றுத் தேறலாம் அல்லவா?"

"ஒவ்வொரு கலையையும் கற்க ஒவ்வொரு விதமான பயிற்சியும், கற்ற பிறகு அதைப்பற்றி நீங்கள் தனியாக யோசிக்கவும் நேரம் இருக்க வேண்டும். அவ்வாறு தொடர் கற்றலில் ஈடுபடும்போதுதான் வேகமாக கற்க முடியும்."

“அப்படியா?”

“ஆம், நீ இங்கேயே அதிகமான நேரம் செலவிட்டுவிட்டால் நீ தனியாகச் சென்று யோசிக்க நேரம் செலவிட மாட்டாய், எல்லாவற்றுக்கும் மேலாக தனியாக ஒரு கலையைக் கற்பதை விடக் குழுவாக பலருடன் சேர்ந்து கற்பது நல்லது. உடன் கற்போர் பலரிடமிருந்தும் கற்றுத் தேற வேண்டும். அதற்கான நேரமும் காலமும் அனைவருக்கும் சமமாக இருக்கும் போதுதான் நல்ல பலனைத் தரும்.”

குருவின் பதிலால் சீடன் திருப்தி. அடைந்தான்.

உண்மைதானே நண்பர்களே எது ஒன்றையும் எப்படிக் கற்கிறோம் என்பது எப்படி முக்கியமோ, அதுபோலவே எப்படி கற்பிக்கப்படுகிறோம் என்பது மிகவும் அவசியமானது. ஆசிரியரிடமிருந்து கற்பது கொஞ்சம்தான் இருக்கும். உடன் கற்போரிடமிருந்தும், கற்றதை சமூகத்தில் பொருத்திப் பார்ப்பதற்கும் நேரம் செலவிட வேண்டும்.

அவ்வாறு உரிய முறையில், உரிய நேரம், உரிய இடங்களில் செலவழித்துக் கற்பதே விவேகமான கற்றலுக்கும், நிலைத்து நிற்கும் கற்றலுக்கும் உதவியாக இருக்கும். என்ன, சரிதானே?

நமக்கு எது தெரியும், எது தெரியாது என்று
தெரிந்திருப்பதே உண்மையான அறிவு
- கன்பூசியஸ்

3

கூடி மகிழ்ந்து கொண்டாடுவோம்

கிராமம் ஒன்றில் செல்வந்தர் ஒருவர் இருந்தார். அவருக்கு எல்லாப் பணிகளையும் விரைவாய் முடிக்க வேண்டும் என்று ஆசை. அதற்கேற்ப வேகமாய்ப் பயணிக்கவும் ஆசை. செல்வமிருக்குமிடத்தில் இயல்பாய் இருப்பது ஆசையும்தானே?

குரு ஒருவரை நாடி அவரது ஆசையை வெளிப்படுத்தினார். அவரும் அவரது வேண்டுகோளை ஏற்று குதிரை ஒன்றைப் பரிசாய் அளித்தார். அளிக்கும்போதே இரண்டு மந்திரங்களையும் சொல்லிக் கொடுத்தார். "இந்த குதிரையில் அமர்ந்துக் கொண்டு நன்றி கடவுளே!" என்று சொன்னால் குதிரை பாய்ச்சல் வேகத்தில் ஓடும். அவ்வாறு ஓடுகையில் நிறுத்த வேண்டிய சூழலும் வரும் இல்லையா? அப்போது "ஆஹா கடவுளே! என்றால் நிற்கும்" என்றார்.

செல்வந்தரின் வெற்றிக் களிப்பிற்கு எல்லையேது. குருவைப் பணிவுடன் வணங்கிவிட்டுப் புறப்பட்டார்.

சிறிது நேரம் சுற்றுச்சூழலை இரசித்த வண்ணம் மெல்லப் பயணித்தார். ஒரு மலையைக் கடந்து அவருடைய வீட்டை அடைய வேண்டும். மலையில் மெல்ல நகர்ந்தால் வேலைக்காகுமா? மேலும் வேகமாக வீட்டையடையும் ஆர்வமும் வந்தது. எவ்வளவு வேகம்தான் செல்கிறது இக்குதிரை என்று சோதிக்க எண்ணினார்.

மீண்டும், மீண்டும் "நன்றி கடவுளே," "நன்றி கடவுளே!" எனக் கூவினார். குதிரை வேகமாகப் பாய்ந்து ஓடியது. ஆர்வ மேலீட்டால் மேலும் மேலும் "நன்றி கடவுளே!" "நன்றி கடவுளே!" என சொல்லிக்கொண்டே பறந்தார்.

மலையின் முகட்டை நெருங்கும் நேரம் நிதானித்து திரும்ப வேண்டும். குதிரையை நிறுத்துவதற்கான மந்திரத்தை நினைவு படுத்த முயல்கிறார்.

மந்திரம் நினைவுக்கு வருவதாக இல்லை. மூளையைக் கசக்குகிறார். ஒரு வழியாக மலையின் முகட்டை நெருங்கும் நேரம் "ஹலோ கடவுளே!" என்ற மந்திரம் நினைவுக்கு வருகிறது.

உற்சாக மேலீட்டால் மந்திரத்தை நினைவுபடுத்திய கடவுளுக்கு நன்றி சொல்ல நினைத்து "நன்றி கடவுளே!" என்று கத்துகிறார். குதிரை மேலும் வேகமாகி மலையுச்சியிலிருந்து கீழே பாய்கிறது.

எந்த ஒரு நேரத்திலும் நாம் கட்டுப்பாடாக இருக்கத் தயாராக வேண்டும் என்பதை உணர்த்தும் நிகழ்வு இது. மேலும் மகிழ்வான நேரங்களில் நாம் மிகவும் விழிப்புணர்வாக இருக்கக் கற்க வேண்டும். கடுமையான முயற்சியால் வெற்றிகள் கைவரப்பெறுவதைக் காட்டிலும் அதனைக் கட்டிக் காப்பாற்றும் திறன்களையும் கற்க வேண்டும்.

வாழ்வில் மகிழ்ச்சியும் சோகமும் இணைபிரியாதவை. சோகங்களை மீண்டும் நினைவுபடுத்திக்கொள்ளப் பலரும் விரும்ப மாட்டோம். ஆனால் மகிழ்ச்சியை மீண்டும் மீண்டும் நினைவுபடுத்தி மகிழ்வோம்.

பலரோடு சேர்ந்து மகிழும்போது மகிழ்ச்சி பன்மடங்காகும். சோகங்களிலும் பலர் இணையும் நிலையில் அது பகிரப்படும்.

மேலே விவரித்த கதையில் மட்டும் அவருடன் மேலும் ஒருவர் பயணித்திருந்தால் நிலை என்னவாயிருக்கும் என்று யோசியுங்கள்?

அவருக்காவது மந்திரம் நினைவுக்கு வந்து குதிரை நிறுத்தப்பட்டிருக்கலாம் அல்லவா...?

கூடியிருந்து மகிழும் கலையைக் கல்விக்கூடங்கள் கற்பிக்கட்டும். உலகில் அடுத்த மனிதர்கள் இருக்கும்வரை யாரும் அனாதையில்லை என்பார்கள். மகிழ்ச்சியும் அநாதையாயில்லாதிருக்கட்டும். உறவோடு மகிழ்ந்திருப்பதை உலக வழக்காக்குவோம்.

செல்வந்தரோ, ஏழையோ உயிருடன் இருக்கும் வரைதான் உணர்வும் உயிர்ப்போடிருக்கும்.

உங்கள் இதயத்துக்கும் மூளைக்குமான போராட்டத்தில்
இதயத்தையே பின்பற்றுங்கள்
- சுவாமி விவேகானந்தர்

4

நம்மை நாமறிவோம்

நான்கு மாணவர்கள் தியானத்தை முறைப்படிக் கற்றுக் கொள்ள விரும்பினர். அருகிலிருந்த ஜென் ஆசிரியர் ஒருவரை அணுகினர்.

அந்த ஆசிரியரும் அவர்கள் நால்வரிடமும் உண்மையில் அவர்கள் கற்றுக்கொள்ளும் ஆர்வமுடையவர்கள்தானா என தேர்வு வைக்க எண்ணினார்.

அவர்கள் நால்வரிடமும் "தியானத்திற்கு முதன்மையானது மௌனம். எனவே நீங்கள் நால்வரும் ஒரு வாரத்திற்குப் பேசாமல் மௌன நோன்பு இருக்க வேண்டும். அப்படி உங்கள் நால்வரில் யார் பேசாமல் மௌன நோன்பு இருக்கிறீர்களோ, அவர்களுக்கே நான் தியானத்தைக் கற்பிப்பேன்" என்றார்.

அவர்களும் ஆர்வத்துடன் மௌன நோன்பு கடைபிடிக்கத் தொடங்கினர். இப்படியாக ஒரு நாளின் பகல் பொழுது செலவானது. மாலை நேரம் வந்தது. அங்கிருந்த விளக்கு சிறிதளவு வெளிச்சமே தந்துகொண்டிருந்தது.

முதலாவது மாணவன் "அந்த விளக்கின் திரியைக் கொஞ்சம் தூண்டி விடேன்" என்றான்.

அதற்கு மற்றொரு மாணவன் "நாம் பேசக் கூடாது நண்பா! மௌன நோன்பில் இருக்கிறோம் அல்லவா?" என்றான்.

அப்போது மூன்றாமவர் “நீங்கள் இருவரும் பேசிவிட்டீர்கள், அதனால் தோற்றுவிட்டீர்கள்” என்றான்.

உடனே நான்காமவன் “நான் ஒருவன்தான் பேசவில்லை, நீங்கள் அனைவரும் பேசிவிட்டீர்கள். அதனால் தோல்வியடைந்து விட்டீர்கள்” என்றான்.

ஆக, அவர்கள் யாரும் வெற்றி பெற இயலவில்லை.

மறுநாள் ஆசிரியர் வந்ததும் இதனைக் கூறினர். ஆசிரியரும் சிரித்துக்கொண்டே “நான் எடுத்த எடுப்பில் ஏழு நாட்கள் மௌன நோன்பு கடைபிடிக்க வேண்டும் என்று கூறியபோதே நீங்கள் அது எங்களால் இயலாது. எங்களால் 12 மணிநேரம் அல்லது 24 மணி நேரம் மட்டுமே மௌன நோன்பு கடைபிடிக்க இயலும் என்று தெரிவித்திருக்க வேண்டும். நம்மால் என்ன இயலும் என்பதை அடுத்தவர்கள் அளவிடுவதைவிட நாமே அளவிட்டுக்கொள்வது எளிது. இனிமேல் எங்கு சென்றாலும் உங்களால் இயல்வது குறித்து ஒளிவு மறைவில்லாமல் பகிருங்கள்” என்று அறிவுரை கூறிவிட்டு அனைவரையும் தமது பள்ளியில் சேர்த்துக்கொண்டார்

மாணவர்களும் மகிழ்ந்தனர்.

ஆம், நம்மை நாமறிவது எளிது. அதற்காக அவ்வப்போது சிறு சிறு பயிற்சிகளை மேற்கொள்ள வேண்டும். நமது பலம், பலவீனம், நமக்கான சவால்கள் அதனைச் சந்திக்க நம்மிடமிருக்கும் வாய்ப்புகள் போன்றவற்றை அவ்வப்போது பரிசீலித்துக்கொள்ள வேண்டும், அது எளிதே.

என்ன, சரிதானே?

நீங்கள் ஒவ்வொருவரும் நல்ல மேய்ப்பர்கள்,
பொறுப்பான கால்நடைகளும்கூட
- முகமது நபிகள்

5

பெற்றதும்... பெறாததும்...

புத்தர் தனது ஆனந்தா உள்ளிட்ட சீடர்களோடு அவ்வப்போது தேவைக்கேற்ப ஈகை (யாசகம்) பெற வீடு வீடாகச் செல்வார். அவ்வாறு செல்கையில் வீடுகளில் அவருக்கு மக்கள் இன்முகத்தோடு தேவையான பழங்கள், பொருட்கள் போன்றவற்றை அளிப்பர்.

புத்தரும் புன்சிரிப்போடு அவைகளைப் பெற்றுக்கொள்வார்.

ஒவ்வொரு நாளும் தேவையானதை வாங்கிக்கொண்டு திரும்பிவிடுவார்.

அவ்வாறு ஒரு நாள் சென்றபோது வீடு ஒன்றில் இருந்த நபர் அவரை வாயால் சொல்ல முடியாத அளவுக்கு கடுமையான வார்த்தைகளால் ஏசி விடுகிறார். அப்போதும் புத்தர் புன்னகைத்துக்கொண்டே திரும்பி விடுகிறார்.

சீடர் ஆனந்தாவுக்கு ஒன்றும் பிடிபடவில்லை. குடிலை அவர்கள் அடைந்த பிறகு புத்தரைப் பார்த்து "நீங்கள் பழங்கள் போன்றவற்றைப் பெறும்போது புன்னகைத்துக்கொண்டே வாங்கினீர்கள். அதில் பொருளுள்ளது. ஆனால் ஒருவர் உங்களை தகாத வார்த்தைகளால் ஏசுகிறார். அப்போதும் மறுபேச்சுப் பேசாமல் புன்னகைத்துக்கொண்டே திரும்பி விட்டீர்களே. குறைந்தபட்சம் புன்னகைக்காமலாது இருந்திருக்கலாமல்லவா? உங்களை எங்களால் புரிந்துகொள்ள இயலவில்லை" என்று சொன்னார்

உடனே புத்தர் அவரிடம் "எனக்குப் பழங்களைக் கொடுத்தார்களே, அதை நான் புன்னகைத்துக்கொண்டே வாங்கினேன் அல்லவா? அந்தப் பழங்கள் எங்கே உள்ளன?" என்று கேட்டார். "நமது அலமாரியில் உள்ளன" என்றார் ஆனந்தா.

"சரி, ஒருவர் தகாத வார்த்தைகளால் ஏசினார் அல்லவா? அவை எங்கு உள்ளன எனத் தேடிப் பாருங்கள்" என்றார்.

"அவை எப்படி இங்கு வரும்? அவை வார்த்தைகள்தானே? அது பொருள் இல்லையே?" என்று சொன்னார்.

அப்போது புத்தர் "பொருட்களை நமக்கு மற்றவர் கொடுக்கும்போது அவற்றைப் பெற்றுக்கொண்டால் மட்டும் தான் அது நம்மிடம் இருக்கும். நாம் பெறாத பொருள் நம்மிடம் இருக்காது. அதுபோலவே அந்த நண்பர் கொடுத்த பொருள் அவரிடமே உள்ளது. அதை நான் பெற்றுக் கொள்ளவில்லை" என்றார்.

ஆனந்தாவும் மற்ற சீடர்களும் புன்னகைத்துக்கொண்டே நகர்ந்தனர்.

எந்த ஒரு விஷயத்தையும் சகிப்புத்தன்மையோடு அணுக வேண்டும். நன்மையோ, தீமையோ, பாராட்டோ, அவப்பெயரோ எது வரினும் சமநிலையோடு ஒருவர் அணுகத் தொடங்கினால் அவரை வீழ்த்த யாராலும் இயலாது.

கல்வி நிலையங்களும் வகுப்பறைகளும் இக்கலையைக் கற்றுத் தரும் இடங்களாக மலர வேண்டும். இயல்பான நிலையில் மனிதர்கள் அனைவரும் நல்லவர்களே. நலனும் நலமின்மையும் வாட்டும்போதே சமநிலை தவறி தவறிழைக்கின்றனர். ஏசிய மனிதரையும் புத்தர் பின்னாளில் வெற்றிகொண்டிருப்பார்தானே?

நாமும் முயற்சிப்போம்.

மென்மையான வழியில் உங்களால் உலகை அசைக்க இயலும்

– மகாத்மா காந்தி

6

எளிதில் செல்வந்தராக வழி...

கிராமம் ஒன்றில் ஏழை ஒருவர் வசித்து வந்தார். ஏழையாக இருந்த அவருக்கு அவரது வாழ்க்கையைப்பற்றிய கவலையை விட தமது மகனைப்பற்றிய கவலையே மிஞ்சியிருந்தது. இதன் காரணமாக அவர் முகமது நபி அவர்களை சந்தித்தார்.

“எனது வாழ்நாள் முழுவதும் ஏழ்மையிலேயே கழிந்து விடும் போலுள்ளது. எனது மகனாவது மகிழ்ச்சியோடு வாழ செல்வம் தேவையாயிருப்பதை தற்போதுதான் உணர்ந்தேன். இதற்கான வழிகாட்டல்களை தங்களிடம் பெறுவதே எனது வருகையின் நோக்கம்” என்றார்

நபிகள் புன்முறுவலுடன் உரையாடத் தொடங்கினார்.

அவர்களது உரையாடல் பின்வருமாறு நீண்டது.

“உங்கள் மகன் படிக்கிறானா?”

“ஆம், நன்றாகப் படிக்கிறான்”

“அவனது வயது என்ன?”

“15 வயது ஆகிறது.”

“எப்படி? அவன் பெறுப்புடன் செயல்படுகிறானா?”

“நிறைய பொறுப்புடன் செயல்படுகிறான்.”

"அவன் உண்மை பேசும் பழக்கமுடையவனா?"

"நிச்சயம், ஒரு போதும் பொய் பேசமாட்டான்."

"சுத்தம் - பத்தமாக இருப்பானா?"

"ஆம். அதில் ஒரு குறையும் இல்லை."

அவனுக்கு இறை பக்தி உண்டா?"

"ஏன் இல்லாமல்... தினமும் குர்ஆன் ஓதுவான். ரம்ஜான் மாதத்தில் ஒரு குறையுமில்லாமல் தவறாமல் நோன்பு வைப்பான்."

உரையாடலின் முடிவில்...

"அவனிடம் தேவைக்கு அதிகமான செல்வம் தற்போதே உள்ளது. நீங்கள் எவ்விதக் கவலையுமில்லாமல் செல்லலாம்" என்றார்.

ஆம், சிறுவயதில் பெற்றோர்கள் பிள்ளைகளிடம் உண்டாக்கும் மேற்கண்ட பழக்க வழக்கங்களே பிற்காலத்தில் அவர்களது வாழ்வியல் முறைகளாகின்றன. இப்படிப்பட்ட வாழ்வியல் முறைகளால் அவர்களது மகிழ்ச்சியின் இருப்பிடத்தை அவர்கள் எளிதாகக் கண்டடைவர். எப்படிப்பட்ட செல்வந்தராக இருந்தாலும் அவர்களுக்கான மகிழ்ச்சியை வெளியில் தேடத் துவங்கினால் பல நேரம் தோல்வியடைய வாய்ப்புள்ளது.

இருக்கும் இடத்தில் உடனிருப்போருடன் மகிழ்வாய் இருப்பது ஒரு சிறந்த கலை. அந்தக் கலையின் தொடக்கப் புள்ளி சுய ஒழுக்கம். இப்படிப்பட்ட செல்வம் உடையவர்களே உலகில் உண்மையான செல்வந்தர்கள் .

என்ன, சரிதானே?

நமது சக்திக்கும் விருப்பத்திற்கும் அப்பாற்பட்ட விஷயங்களைப் பற்றி கவலைப்படுவதை நிறுத்துவதே நாம் மகிழ்ச்சியாயிருப்பதற்கான ஒரே வழி

- எபிக்டேடஸ்

7

மகிழ்ச்சியின் சாவிகள்

நம்பிக் 'கை'கொள்வோம்

பெரிய கிராமம் ஒன்றின் மையப் பகுதியில் ஒரு மலை இருந்தது. அந்த மலை அடுத்த கிராமத்துக்கு செல்வதற்கு தடையாக இருந்தது. இதனால் இந்த மலையைச் சுற்றி சுமார் ஆறு கிலோமீட்டர் அடுத்த கிராமத்துக்கு மக்கள் சென்று கொண்டிருந்தனர். இந்த மலையையே உற்றுப் பார்த்துக் கொண்டிருந்த முதியவர் ஒருவர் அந்த மலையின் ஒரு பகுதியை கண்டறிந்தார். அந்த இடத்தைத் தகர்த்தால் அடுத்த கிராமத்தை எளிதில் அடைந்துவிட இயலும். ஆனால் அந்தப் பகுதியில் ஒரு கடினமான பாறையிருந்தது. அந்தப் பாறையை மட்டும் தகர்த்துவிட்டால் அடுத்த கிராமத்துக்கு சுமார் ஒரு கிலோ மீட்டர் தொலைவில் சென்றடைய முடியும் என்பதை அந்த முதியவர் கண்டறிந்தார்.

எனவே தனது சம்மட்டியை எடுத்துக்கொண்டு தினமும் சிறிது நேரம் செலவு செய்து அந்தப்பாறையை உடைக்க தொடங்கினார். நாட்கள் வாரங்களாயின. வாரங்கள் மாதங்கள் ஆயின. ஆனால் அந்தப் பாறை உடைந்ததாகத் தெரியவில்லை.

அப்பகுதியைக் கடந்த பலரும் குறிப்பிட்ட காலம் வரை ஏதும் பேசாமலே சென்றுகொண்டிருந்தனர்.

பல மாதங்களுக்குப் பிறகு இளைஞர்கள் சிலர் அவரிடம் வந்து “உங்களுக்கோ வயதாகிறது. பலவீனமானவராக

உள்ளீர்கள். இந்தப் பாறையை உடைக்க முடியும் என்று ஏன் வீணாக கனவு கண்டுகொண்டிருக்கிறீர்கள்? பேசாமல் ஓய்வெடுங்கள்”

என்று கூறினர்.

தாம் செய்துகொண்டிருந்த வேலையை சிறிது நேரம் நிறுத்திவிட்டு அந்த முதியவர் பேசத் தொடங்கினார்:

“என்னுடைய காலத்துக்குள் இந்தப் பணி முடியும் என்று யாரிடமும் நான் சொல்லவில்லை. ஆனால் இந்தப் பாறையை என்னால் ஆன மட்டும் உடைத்துவிட்டு எனது ஆயுளை முடித்தால் எனக்குப் பிறகு எனது பேரன், அவனுக்குப் பிறகு வேறு யாரோ ஒருவர் என்று இந்தப் பணியை தொடர்ச்சியாக செய்து கொண்டே இருந்தால் இந்த பாறை முழுவதுமாக உடைக்கப்பட்டு அடுத்த கிராமத்துக்கு வழி கிடைத்து விடும். அந்த எண்ணத்தை விதைக்க மட்டும் தான் நான் இந்தச் செயலில் ஈடுபடுகிறேன்” என்று கூறினார்.

இந்த விளக்கத்தைக் கேட்ட அந்த இளைஞர்கள் மிகவும் ஆச்சரியப்பட்டுப் போனார்கள். அவரைத் தொடர்ந்து பலரும் அப்பணியில் ஈடுபட்டனர்.

இக்கதையிலிருந்து லட்சியம் என்பது யாரோ ஒருவரால் உருவாக்கப்பட்டாலும், அந்த லட்சியமானது அந்த நேரத்துக்கு சாத்தியம் இல்லாத ஒன்றாக இருந்தாலும், அந்த லட்சியம் சரியானதாக இருந்தால் அந்த லட்சியம் நிச்சயம் ஒரு நாள் நிறைவேறியே தீரும். லட்சியங்கள் ஈடேற நியாயமான காரணத்துடன் கூடிய தலைமைத்துவம் மிகுந்த ஆட்கள் மட்டுமே தேவை.

என்ன, சரிதானே?

எந்த சவாலையும் எதிர்கொள்ளாத நாளாக ஒரு நாள் இருக்குமானால் அதுபோன்ற நாட்களில் நீங்கள் தவறான பாதையில் பயணிப்பது உறுதி

- சுவாமி விவேகானந்தர்

8

மகிழ்ச்சியின் மூன்று சாவிகள்

கிராமம் ஒன்றில் ஏழை ஒருவர் வாழ்ந்து வந்தார். அவர் எப்போதுமே மகிழ்வாய் இருப்பார். பார்ப்பவர்கள் அனைவருக்கும் மரியாதையோடு வணக்கம் செய்வார். யாராவது அவரிடம் கோபமாகப் பேச வந்தால் அவர்களது கோபம் தணியும் வரை அவர்களை பேசவிட்டுக் கேட்பார். எல்லாவற்றுக்கும் மேலாக தன்னாலியன்ற சிறு சிறு செயல்களில் ஈடுபட்டுக் கொண்டிருப்பார்.

அவரைப் பார்க்கப் பார்க்க பலருக்கும் ஆச்சரியமாக இருக்கும். ஒரு முறை அந்த ஊரிலிருந்த இளைஞர் "ஏன் நீங்கள் யார் கோபமாகப் பேசினாலும் கேட்கிறீர்கள். உங்களை யாரும் கண்டுகொள்ளாதபோதும் வணக்கம் சொல்கிறீர்கள். எல்லாவற்றும் மேலாக எப்படி எப்போதும் மகிழ்வாய் இருக்கிறீர்கள்?" என்று அவரிடம் கேட்டார்.

"இதற்கான விளக்கம் மிகவும் எளிது.

என்னிடம் கோபப்படுபவர்கள் என்னிடம் அவர்களுக்கு உள்ள உரிமையை நிலைநாட்ட விரும்புகின்றனர். என்னை அவர்களது சுமைதாங்கியாய் கருதுகின்றனர். எல்லாவற்றுக்கும் மேலாக என்னிடம் கோபம் கொண்டால் அவர்களுக்கு நான் எந்தக் கெடுதலையும் விளைவிக்கமாட்டேன் என்ற நம்பிக்கையோடு அணுகுகின்றனர். இவ்வளவு நம்பிக்கையோடு அணுகுவோரை நான் எப்படி ஏமாற்றலாம்? எனவேதான் பொறுமையுடன் கேட்கிறேன்."

இரண்டாவது பல இடங்களில் கோபம், பொறாமை போன்றவை உண்டாவது ஒருவர், தாம் மதிக்கப்படவில்லை என்ற நினைவிலிருந்து உருவாகிறது. வேறு ஒரு புரிதல் இல்லாதவரால் ஏற்படும் வருத்தம் நாம் மரியாதை செலுத்துவதால் கூட சரியாகலாம். மேலும் அவர் நம் மீது கோபப்படும் சூழல் ஏற்பட நேர்ந்தாலும் நாம் செலுத்தும் மரியாதை அவரை நமது பகைவராக்குவதை தள்ளிப்போடும்.

மூன்றாவதாக எனக்கான மகிழ்ச்சிக்கான திறவுகோல் என்னிடமே உள்ளது. அதற்குக் காரணம் நான் எப்போதும் ஏதாவது பயனுள்ள செயல்களில் ஈடுபட்டு வருவது. எனவே மகிழ்ச்சியை எனக்குள் தேடும் வாய்ப்பு எனக்கு வாய்த்துள்ளது. எனவே நான் எப்போதும் மகிழ்வாய் இருக்கிறேன் என்று மூன்று கேள்விகளுக்கும் பதிலளித்தாராம்.

சரிதானே நண்பர்களே?

நாளையே இறப்பதுபோல் வாழுங்கள். எப்போதும் வாழ்வோம் என்ற நம்பிக்கையோடு கற்றுக்கொள்ளுங்கள்

- மகாத்மா காந்தி

9

அறிவுடையார் ஆவதுடையார்...

துறவி ஒருவர் தனது சீடர்களுடன் வீடு வீடாகச் சென்று வீட்டிலுள்ளோர் அளிப்பதைப் பெற்று வந்து தனது குடிலில் சீடர்களுக்குப் பகிர்ந்தளிப்பார். பல நேரங்களில் சீடர்களும் உடன் பயணிப்பர்.

பல நேரம் எதுவும் கிடைக்காது பட்டினியாகவும் கிடப்பர்.

அவர்கள் ஒரு முறை குடியானவர் ஒருவரின் இல்லம் சென்றனர். அந்த இல்லத்திலிருந்த குடியானவர் ஒரு கிண்ணம் நிறைய திராட்சைப்பழங்களைக் கொடுத்தார். கொடுத்த கையோடு அவர் வீட்டிலேயே வைத்து அதனை சாப்பிடவும் வலியுறுத்தினார்.

வழக்கமாக இது போன்ற நேரங்களில் துறவி ஒன்றிரண்டு கனிகளைப் புசித்துவிட்டு மற்றவைகளை சீடர்களுக்குப் பகிர்ந்தளிப்பார்.

அந்த இல்லத்தில் கொடுக்கப்பட்ட பழம் ஒன்றினை வாயில் போட்டதும். “ஆஹா அருமை... ஆஹா அருமை... என அனைத்துப் பழங்களையும் சாப்பிடத் தொடங்கினார்.

அந்த இல்லத்திலிருந்த அனைவருக்கும் மிகவும் மகிழ்ந்தனர்.

இப்படியாக அவரே அனைத்துப் பழங்களையும் தின்று விட்டு ஒன்றை மட்டும் தனது மடியில் கட்டிக்கொண்டார்.

சீடர்களுக்கு பெருத்த ஏமாற்றம். முணுமுணுத்தவாறே அவர்களது குடிலை அடைந்தனர்.

அதில் சீடன் ஒருவன் மனம் பொறுக்க மாட்டாமல் துறவியிடம் "அருமையாக அனைத்துப் பழங்களையும் தாங்களே ருசித்துவிட்டீர்களே? வழக்கமாக இப்படிச் செய்ய மாட்டீர்களே? ஏன் குருவே இப்படிச் செய்தீர்கள்?" எனக் கேட்டான்.

"சரியான கேள்வி" என்று கூறிவிட்டு. "வா இங்கே, இந்த பழத்தைச் சாப்பிடு" என தனது மடியில் கட்டி வைத்திருந்த பழத்தைக் கொடுத்தார்.

அப்பழத்தை ஆவலுடன் வாங்கிய சீடன் வாயில் போட்ட அடுத்த நிமிடம் "ஐய்யய்யோ! எவ்வளவு புளிப்பு. இதை எப்படி சாப்பிடுவது?" என்று கூறியவாறே துப்பினான்.

"ஆம், இதே செயலை நீங்கள் அனைவரும் செய்து அவர்களது மனதைக் கஷ்டப்படுத்திவிடக்கூடாது என்பதற்காகத்தான் புளிப்பாயிருந்த அனைத்துப் பழங்களையும் நானே சாப்பிட்டேன். உங்கள் மத்தியில் கேள்வி வருமென்பதால்தான் ஒன்றை மட்டும் எடுத்து வந்தேன்" என்றார்.

குருவின் மனப்பான்மையை சீடர்கள் வியந்து பாராட்டினர்.

பொதுவாக அறிவுடையோர் செய்யும் பல செயல்களுக்குப் பின்னால் நிச்சயம் நியாயமான காரணங்கள் இருக்கும். அதனை உணர முற்பட வேண்டுமே தவிர, குற்றம் காண முயலக்கூடாது.

என்ன, சரிதானே?

யாரெல்லாம் சமூகத்தின் மேன்மைக்காகப் போராடுகிறீர்களோ
அவர்களே உன்னதமானவர்கள்

- முகமது நபிகள்

10

பெருந்தன்மையின் எல்லை

“புத்தர் போன்ற துறவிகள் பெரும்பாலும் பயணங்களிலேயே இருப்பர். அவ்வாறு அவர் பயணிக்கையில் அவரது சீடர்கள் தவிர, மற்ற இளைஞர்களும் அவ்வப்போது இணைந்து கொள்வது உண்டு. அப்படி பயணம் செய்யும் ஓர் இளைஞரின் தந்தைக்கு புத்தரின் மேல் கோபம் வந்தது.

ஒரு நாள் புத்தரிடம் வந்து அவரை கண்டபடி திட்டினார். “உன்னுடன் சேர்ந்துதான் எனது மகன் கெட்டுப் போகிறான். ஊர் சுற்றுகிறான்” என்று சொல்லிவிட்டு அவர் முகத்தில் காரி உமிழ்ந்துவிட்டு சென்று விடுகிறார்.

அவ்வாறு அந்த நபர் செய்த பின்னரும் புத்தர் சிரித்தவாறு அவரை வழி அனுப்பி வைக்கிறார்.

அனைவரும் அன்று இரவு உறங்கச் செல்கின்றனர். ஆனால் அந்தக் காரி உமிழ்ந்த மனிதரால் உறங்க முடியவில்லை. 'எப்படிப்பட்ட காரியத்தை நாம் செய்தோம்... அவர் முகத்தில் காரி உமிழ்ந்த பின்னரும் அவருக்கு கோபம் வரவில்லையே? எனவே நாளை முதல் வேலையாக அவர் காலில் விழுந்து மன்னிப்புக் கேட்க வேண்டும்' என்று தீர்மானித்தார்.

மறுநாள் காலை புத்தரின் குடிலுக்குச் சென்று தன்னை மன்னிக்குமாறு வேண்டினார்.

புத்தர் அவரைப் பார்த்து "நான் ஏன் உங்களை மன்னிக்க வேண்டும்" என்று கேட்டார்.

உடனே அந்த மனிதர் "மகானே! நீங்கள் ஏன் புரியாதது மாதிரி பேசுகிறீர்கள்? நான்தான் நேற்று உங்களைக் கண்டபடி ஏசி, முகத்தில் காரி உமிழ்ந்தேனே, அதனை தாங்கள் மறந்து விட்டீர்களா?" என்று கேட்டார்.

உடனே புத்தர் "அவ்வாறு செய்த மனிதர் இப்போது இல்லை. ஒருவேளை அவரை நான் மீண்டும் சந்தித்தால் அவரிடம் மன்னித்ததாகச் சொல்லிவிடுகிறேன். இப்போது நீங்கள் மகிழ்வோடு புறப்படலாம்" என்று சொன்னார்.

அந்த மனிதர் மிகவும் மனமகிழ்ந்து திரும்பிச் சென்றார். ஒரு மனிதன் தவறை செய்யும்போது மிருகமாகிறான். ஆனால் அதே மனிதன், தான் செய்த தவறை உணரும்போது அந்த மனிதனிடமிருந்து மிருகத்தன்மை மறைந்து விடுகிறது. அவ்வாறான மிருகத்தன்மை மறைந்த பின்னர் பெருந்தன்மையுடைய பெரியவர்கள் அவர்களிடம் கோபம் கொள்ளமாட்டார்கள். அவர்களது பெருந்தன்மையின் எல்லை அளவில்லாதது.

ஒருவர் தவறிழைக்கும்போது இருக்கும் மனநிலைக்கும் அவர் அந்தத் தவறை உணர்ந்த பின்னர் இருக்கும் மன நிலைக்கும் வேறுபாடு உண்டு.

அந்த வேறுபாட்டை அடைய இது போன்ற பெருந்தன்மையான மனப்பான்மைகளே உதவும்.

என்ன, சரிதானே?

நீங்கள் உங்களது கவனத்தை எதில் செலுத்துகிறீர்களோ
அதுவாகவே ஆகிறீர்கள்
- எபிக்டேடஸ்

11

சி (ற்ப) (ப்பு)க் கலை கற்போம்

கல்வியில் மிகவும் ஆர்வம் கொண்ட சீடர் ஒருவர் ஜென் குருவிடம் கல்வி கற்கச் சென்றார்.

குருவிற்கு வணக்கம் செய்தபின்,

“சரி, நீ இடதுபுறமாக உள்ள அறைக்குச் சென்று ஓய்வெடுங்கள்” என்றார் குரு.

“தெரியும் தெரியும். வலதுபுறம் குளியலறை உள்ளது. தேவைப்பட்டால் குளிக்கலாம். வரும்போதே சீடர் ஒருவரிடம் விசாரித்தேன்” என்றார் சீடர்.

அந்தச் சீடருக்கு கல்வியில் கொண்ட ஆர்வத்தைவிட தொடர்ந்து எதிர்த்து எதிர்த்து உரையாடுவதில் ஆர்வம் அதிகமிருந்தது.

மறுநாள் காலை சீடர் குளித்துத் தயாராகி குருவிடம் வந்தார்.

குரு அவருடன் உரையாடத் தொடங்கினார்:

“கல்வியின் நோக்கம் என்பது நடத்தையில் ஆரோக்கியமான...” என்று குரு துவங்கியுடன்,

“பாதை சமைக்கும். புதிய பாதை வகுக்கும் எனப் பலவறாக சீடர் பேசத் தொடங்கினார்.

உடனே குரு சீடரைப் பார்த்து. “நாமிருவரும்

தேநீர் அருந்துவோமா? எங்கே அந்தக் கோப்பையை எடு" என்றார்.

சீடரும் கோப்பையை எடுத்துக்கொள்ள... அந்தக் கோப்பை நிறைய தேநீரை ஊற்றினார். கோப்பை நிரம்பிய பின்னரும் தேநீரை நிரப்பியவாறே இருந்தார்.

சீடர் "குருவே! கோப்பை நிறைந்துவிட்டது. இதில் மேலும் தேநீரை நிரப்ப இயலாது" என்றார்.

"ஆம், அதுபோலத்தான் உனது மூளையும் பல்வேறு கருத்துக்களால் நிரம்பியுள்ளது. அதனைக் காலி செய்யாமல் புதிய கருத்துக்களை ஏற்றுக்கொள்ள இயலாது. நீ சென்று பின்னர் வா" என்றார்.

சீடரும் தனது நிலையை உணர்ந்தார்.

ஆம், எல்லா சிலைகளுமே ஒரு காலத்தில் கற்களாய் இருந்தவைகள்தான். அந்தக் கற்கலிலிருந்து அதிகப்படியான கற்களை வெட்டியெடுத்து சிற்பங்களைக் கண்டறிகிறார்கள் சிற்பிகள். அதுபோலவே மனதில் தோன்றும் எண்ணங்களில் அல்லனவைகளை நீக்க நீக்க நல்ல எண்ணங்கள் மலர்கின்றன. சிந்திக்கப் பழக்கப்படும் மனம் முதலில் அதிகமாகத்தான் சிந்திக்கும். மனதை சரியாகப் பழக்க பழக்க அது ஒரு கட்டத்தில் சரியானவற்றை மட்டும் சிந்திக்கப் பழகும்

என்ன, சரிதானே?

உங்களை பலவீனமானவராகக் கருதுவதே
இருப்பதிலேயே பெரிய குற்றம்
– சுவாமி விவேகானந்தர்

12

திட்டமிட்டு கோபப்படுவோம்

கிரேக்க நாட்டிலிருந்த ஊர் ஒன்றில் ஞானி ஒருவர் வாழ்ந்து வந்தார். ஞானி என்றாலே பெரும்பாலும் பொருளுக்கான ஆசை அதிகம் இருக்காது. கிடைப்பதை உண்பார்கள். கிடைத்த அறிவை அடுத்தவர்களோடு பகிர்ந்துகொள்வதற்கான ஆர்வம் அதிகமாகவே இருக்கும் அல்லவா?

அவரது வீட்டிற்கு அவருடன் உரையாடுவதற்கு நண்பர்கள் தொடர்ந்து வந்து போய்க்கொண்டிருப்பார்கள். அவர்களோடு மணிக்கணக்கில் வாத விவாதங்களில் அந்த ஞானி ஈடுபட்டுக் கொண்டிருப்பார். ஞானிக்கு வேண்டுமானால் பொருட்கள் மேல் ஆசை இல்லாமல் இருக்கலாம். ஆனால் அவர் மனைவியும் அவ்வாறு ஆசையற்று இருக்க வேண்டுமா என்ன?

இதனால் அடிக்கடி அந்த ஞானிக்கும் அவரது மனைவிக்கும் வாக்குவாதங்கள் ஏற்பட்டுக்கொண்டே இருக்கும்.

ஒரு நாள் அந்த ஞானி அவரது நண்பர்களோடு உரையாடிக் கொண்டிருந்தார். அப்போது கோபத்தோடு விரைவாக வந்த அவரது மனைவி அந்த ஞானியையும் அவரது நண்பர்களையும் பார்த்து “இவருக்குத்தான் வேலை வெட்டி கிடையாது. நியாயம், தர்மம் என்று பேசிக்கொண்டிருக்கிறார். உங்களுக்கும் வேறு வேலையில்லையா..? கிளம்புங்கள்” என்று கண்டபடி திட்டினார்.

ஆனால் சத்தான விஷயங்களில் விவாதம் சென்று கொண்டிருந்ததால் உடனடியாக அதனை முடிக்க இயலவில்லை. எனவே யாரும் அசையவில்லை. உரையாடல் தொடர்ந்தது.

அந்தப் பெண்மணிக்கு அவமானமாகப் போய்விட்டது. உடனடியாக உள்ளே சென்று வீட்டிலிருந்து ஒரு குடம் தண்ணீரைக் கொண்டுவந்து ஞானி அவர்களின் தலையில் வீசிக் கொட்டினார்.

தன் மேல் வழிந்த தண்ணீரை துடைத்துக்கொண்டு ஞானி அவர்கள்,

"நண்பர்களே! இதற்கு முன்னால் இடியடித்தது அல்லவா..? தற்போது மழையும் பெய்து விட்டது." என்று நகைத்துக்கொண்டு கூறினாராம்.

அதாவது, அவரது மனைவி திட்டியதை 'இடி'என்றும் தண்ணீர் கொட்டியதை 'மழை' என்றும் உருவகப்படுத்தினார்.

அந்த ஞானி வேறு யாருமில்லை, சாக்ரடீஸ் அவர்கள்தான்.

என்ன செய்வது குடும்பங்களில் இருவரும் ஒரே நேரத்தில் கோபப்பட்டால், அது சரியாக இருக்காது. ஒருவர் கோபப்படும்போது மற்றொருவர் சாந்தமாக இருக்கும் கலை கை வரப்பெருமானால் வாழ்க்கை எளிதாகும்.

எப்படி வாழ்க்கையில் பல விஷயங்களை திட்டமிட்டுச் செய்கிறோமோ, அதுபோலவே குடும்பங்களில் கோபப்படவும் திட்டமிட வேண்டும். இதனையே பெரியோர்கள் 'ஒருவர் பொறை இருவர் நட்பு' என்றார்கள்.

சாக்ரடீசால் முடிந்தது, நம்மால் முடியாதா என்ன...?

முயற்சிப்போம்.

என்ன, சரிதானே?

திருப்தி என்பது முயற்சியிலேயே உள்ளது. அடைவதில் இல்லை.
முழு முயற்சியே முழு வெற்றி
- மகாத்மா காந்தி

13

உலகை அழகாக்கும் ரகசியம்..?

உலகையே வியக்க வைத்த கண்டுபிடிப்பு அது. அந்தக் கண்டுபிடிப்பினை பல நாட்கள் இரவு. பகல் கண்துஞ்சாது வடிவமைக்கிறார் அந்த விஞ்ஞானி.

இந்நிலையில் அந்தக் கண்டுபிடிப்பு குறித்த பத்திரிகையாளர் சந்திப்பு ஒன்று மறுநாள் காலை நடைபெற உள்ளது. அந்தக் கண்டுபிடிப்பு சரியாக பணி செய்கிறதா என்பதை ஒன்றுக்கு நான்கு முறை பரிசோதித்து மகிழ்கிறார் விஞ்ஞானி. பிறகு அந்தப் பொருளைக்கொண்டு மாடியில் அவரது அறையில் பத்திரமாக வைக்க அவரது உதவியாளரை கேட்டுக்கொள்கிறார். அந்த உதவியாளரும் மிகவும் பொறுப்பாக அந்தப் பொருளை எடுத்துச் சென்று வைக்கக் கூடிய நேரத்தில் கை தவறி விடுகிறது. அந்தப் பொருள் உடைந்து விடுகிறது.

ஆய்வகத்தில் இருந்த பலரும் பதறிப் போகின்றனர். ஆனால் அந்த விஞ்ஞானி எவ்வித பதற்றமும் அடையாமல், “நீங்கள் அனைவரும் வீட்டுக்குச் செல்லுங்கள். நாளை காலை திட்டமிட்டபடி குறித்த நேரத்தில் வருகை தாருங்கள்” என்று கூறி அனுப்பி விடுகிறார்.

மறுநாள் காலைக்குள் அந்தப் பொருளை மீண்டும் அற்புதமாக வடிவமைத்து பத்திரிகையாளர் சந்திப்பையும் வெற்றிகரமாக நிறைவு செய்கிறார்.

எல்லாம் முடிந்த பிறகு அந்தப் பொருளை உடைத்த உதவியாளரும் மற்றவர்களும், அந்த விஞ்ஞானியிடம் வந்து “நேற்று இரவு இந்தப் பொருள் உடைக்கப்பட்டபோது நீங்கள் எவ்விதப் பதற்றமும், கோபமும் படாமல் இருக்க எப்படித் தங்களால் முடிந்தது?” என்று வினவினர்.

அதற்கு அந்த விஞ்ஞானி “அந்தப் பொருளை மீண்டும் வடிவமைத்து விடும் ஆற்றல் என்னிடம் உள்ளது. அதே நேரம் உங்களிடம் கோபிப்பதன் மூலமாக அந்தப் பொருள் உருவாகும் என்று சொன்னால், நான் அளவுக்கு அதிகமாகவே கோபப்பட்டு அந்தப் பொருளை உருவாக்கி விட்டிருப்பேன். ஆனால் நேரம் செலவிட்டால் என்னால் அந்தப் பொருளை உருவாக்கிவிட முடியும் என்ற நம்பிக்கை என்னிடம் இருந்தது.

ஆனால் நான் கோபப்பட்டு உங்கள் மனம் உடைந்தால் அதனை எவ்வாறு சரிசெய்வது? அது என்னால் இயலும் செயல் அல்ல. நீங்கள் அனைவரும் அர்ப்பணிப்புடன் என்னுடன் செயல்பட்டு வருகிறீர்கள். அந்த உதவியாளரும் மிகப் பொறுப்பாகத்தான் அப்பொருளைக் கொண்டுவைக்க முயன்று இருப்பார். ஆனாலும் தவறிவிட்டது.

உங்களை விரைவில் அனுப்பி நான் பணியில் ஈடுபட்டேன்” என்று கூறி முடித்தார் அந்த விஞ்ஞானி.

அந்த விஞ்ஞானி வேறு யாருமல்ல, தாமஸ் ஆல்வா எடிசன் அவர்கள்தான். அந்த உதவியாளரால் உடைக்கப்பட்ட பொருள் 'மின்சார பல்பு' ஆகும்.

ஆம், நெருக்கடியான நேரங்களில் நாம் அமைதியாக இருப்பது என்பது பல நேரங்களில் நாம் செய்ய வேண்டிய பணியில் கவனம் செலுத்த உதவும் அதே நேரத்தில் உடன் இருப்பவரிடம் கோபப்படுதல் மூலமாக எதுவும் நடக்காது. மாறாக, அவர்களுக்கு புரியவைப்பதன் மூலமாகவே எதுவும் நடக்கும். கோபப்பட்டால் பணிகள் நடக்கும் என்று சொன்னால் இந்த உலகமே, மக்கள்படும் கோபத்துக்கு மிகவும் அழகாகி இருக்க வேண்டும். ஆனால் இந்த உலகம் அழகாய் இருப்பது உலகைப்புரிய வைக்க முயலும் நபர்களால்தான்.

என்ன, சரிதானே?

சந்திக்கும் ஒவ்வொருவரிடத்திலும் கருணையோடு இருங்கள்.
சண்டையிடுவது என்பது கடுமையான போர்க்களம்
- பிளாட்டோ

14

பாம்புத் தலையும் பரவசமும்

ஜென் மடம் ஒன்றின் சமையலர் அவரது வேகத்திற்கும் விவேகத்திற்கும் பெயர் போனவர். நேர மேலாண்மைக்குப் பெயர் போனவர். வழக்கமாக காலை உணவு மிகவும் எளிமையான சூப் வகைகளாகவே இருக்கும்.

ஒரு நாள் காலை அவர் எழுவதற்கு மிகவும் காலதாமதமாகி விட்டது. அவசர அவசரமாக அவர் எழுந்தார். 'இன்றைக்கு மக்களுக்கு கீரை சூப்தான்' என்று மனதில் தீர்மானித்துக் கொண்டார். அவசர அவசரமாக அடுப்பை பற்றவைத்து அதில் பாத்திரத்தில் தண்ணீர் அண்டாவை வைத்தார். பின்னர் அவர் தோட்டத்திற்கு அரிவாளுடன் சென்றார். அங்கு விளைந்திருந்த கீரைகளை அவசர அவசரமாக அரிந்தார்.

அப்போது தவறுதலாக ஒரு பாம்பும் சேர்ந்து வந்து விட்டது. மடத்திற்குத் திரும்பியவர் அவருக்குப் பிடித்த பாடலைப் பாடியவாறே கீரையை அரிந்து வெந்நீரில் போட்டார். பாம்பையும்தான்.

சிறிது நேரத்தில் சூப் தயாரானது. அனைத்து சீடர்களும் வரிசையில் வந்து சூப்பை வாங்கி அருந்தினர். அன்றைய சூப் மிகவும் சுவையாக அமைந்துவிட, அனைவரும் 'ஆஹா... ஓஹோ...' என புகழ்ந்து தள்ளினர். அந்தச் சமையலரும் ஆனந்தத்தில் திளைத்தார்.

குருவுக்கும் சூப் பரிமாறப்பட்டிருந்தது. ஒரு வாய்ப்பாக பாம்பின் தலை குருவின் கோப்பைக்கு பரிமாறப்பட்டிருந்தது. குரு அதனைக் கையில் எடுத்துக்கொண்டு சமையலரை அழைத்தார்.

தம்மைப் பாராட்டவே குரு அழைக்கிறார் என்று நினைத்து சமையலர் குருவை நெருங்கினார். குரு பாம்பின் தலையை அவர் கையில் வைத்து,

"இது என்ன?" என்று கேட்டார்.

உற்சாக மிகுதியிலிருந்த சமையலரும் பயபக்தியுடன் அதை வாங்கி வாயில் போட்டுக்கொண்டு,

"நன்றி குருவே!" என்றார்.

குருவும் பின் அதனைப் பெரிதுபடுத்தாமல் விட்டுவிட்டார்.

இயல்பான நிலையில் ஒரு நாள் சமையலரிடம் விளக்கியிருப்பாரோ என்னவோ...

இந்தச் சம்பவம் நடந்த சீன தேசத்தில் பாம்புகளை சாப்பிடுவது வழக்கில் உள்ளதுதான். ஒரே மாற்றம் கீரை சூப் சைவம். பாம்பு சூப் அசைவம். இரண்டும் ஒன்று கலந்தது மட்டுமே.

இந்தச் சம்பவத்தில் குருவின் நோக்கமும் நடைபெற்றுள்ள சம்பவத்தை தனிப்பட்ட முறையில் சமையலருக்கு விளக்குவதே. எனவேதான் அவரிடம் பாம்பின் தலையைக் கொடுத்தார். அதனை சமையலர் பிரசாதம்போல ஏற்றதும் அதனை அந்த நேரத்தில் பெரிதுபடுத்தவில்லை.

நமது குணநலத்தை இப்படிப்பட்டதாகத்தான் வடிவமைத்துக் கொள்வது சிறப்பான வாழ்வியல் கலை. நம்மைவிட எளிமையானோரை நாம் எவ்வளவு கனிவாக நடத்துகிறோம் என்பதில்தான் நமது ஆளுமை அடங்கியிருக்கிறது.

எல்லா தவறுகளையும் அந்தந்த நேரத்திலேயே வெளிப்படுத்தி குற்றம் சாட்டுவதைவிட தவறுகள் நடைபெறாத சூழல்களை உருவாக்க நாம் முனைய வேண்டும்.

என்ன, சரிதானே?

நீங்கள் சொல்ல விரும்புவதன் பொருளை முதலில்
அறிந்துகொள்ளுங்கள். பிறகு பேசுங்கள்
- எபிக்டேடஸ்

15

அனுதினம் ஆற்றல் வளர்ப்போம்

தனது குருவின் ஆணைப்படி ஆற்றின் மறுகரைக்குச் சென்று வரவேண்டிய சூழல் ஒரு சீடருக்கு ஒரு முறை ஏற்பட்டது. அவரும் குருவின் ஆணைப்படி ஆற்றின் கரையை அடைந்தார். அவருக்கு நன்கு நீச்சல் தெரியும். ஆறு என்னவோ சிறியதுதான். சுமார் 10 அடி நீளமிருக்கும். ஆனால் ஆற்றில் சிறிதளவு வெள்ளம் போய்க்கொண்டிருந்தது. எவ்வளவு ஆழம் என்பதை அவரால் கணிக்க இயலவில்லை. மேலும் "ஒரு வேளை ஆற்றில் வெள்ளம் அதிகரித்து அடித்துக்கொண்டு போய்விட்டால் என்ன செய்வது?" என்று பயந்தவாறு கரையிலேயே நின்றுகொண்டிருந்தார்.

அதே நேரம் அதே ஆற்றின் மறுகரையை அடைந்து வேறு ஒருவர் கரையேறிக்கொண்டிருந்தார்.

அவரைப் பார்த்து இங்கிருந்தவாறே சீடர் "ஐயா! ஆற்றில் வெள்ளம் வருமா? என்னை அடித்துக்கொண்டு சென்று விடுமா? நீங்கள் எவ்வாறு மறுகரைக்குச் சென்றீர்கள்?" என்று பல கேள்விகளை கேட்டுத் துளைத்தார்.

அவ்விருவரின் உரையாடல் பின்வருமாறு நீண்டது:

"நீங்கள் ஏன் இவ்வளவு விவரங்களைக் கேட்கிறீர்கள்?"

"நானும் அக்கரையை அடைய வேண்டும்."

"நீங்கள் ஏற்கெனவே அக்கரையில்தான் இருக்கிறீர்கள்."

"இல்லை, நான் அடைவேண்டிய கரை இது இல்லையே?"

"அப்படியானால் என்னைப்போலவே துணிவோடு முயற்சி செய்யுங்கள்."

இப்படியாக அவர்களுடைய உரையாடல் முற்றுப் பெற்றுவிட்டது.

இந்த உரையாடல் நமக்கு உணர்த்தும் பொருள் என்ன? எந்த ஒரு விஷயத்தையும் சாதிக்க வேண்டும் என்று சொன்னால் துணிவு வேண்டும். மேலும் துணிவோடு சென்றாலும் ஆபத்து இல்லை என்பதை உத்தரவாதப்படுத்திக்கொள்ளும் மனம் வேண்டும். அவ்வாறு உத்தரவாதப்படுத்திக்கொள்ளத் தேவையான பயிற்சிகளைப் பெறவேண்டும்.

இந்தச் சம்பவத்தில் அதிகபட்சம் அந்த நீச்சல் தெரிந்த சீடர், அவர் கடக்க வேண்டிய 10 அடிக்குள் வெள்ளம் வந்துவிடப் போவதில்லை. ஏற்கெனவே ஒருவர் வெற்றிகரமாக கரையேறிக் கொண்டிருப்பதையும் பார்க்கிறார்.

ஆனாலும் எந்தவிதமான இடரையும் எதிர்கொள்ளாமல் அவர் ஆற்றைக் கடக்க வேண்டும் என்று எண்ணியது தவறு. எந்த ஒரு செயலையும் செய்யத் தேவையான திறன்களை ஒவ்வொரு நாளும் வளர்த்துக்கொண்டிருக்க வேண்டும். அவ்வாறு வளர்த்துக் கொண்டிருக்கும்போது, ஏதோ ஒரு நாள் சவாலான பணியை சந்திக்க நேரிடும்போது நாம் எளிதில் சாதித்து விடலாம். பயத்தை வெல்வதே வெற்றிக்கான முதல் படி.

என்ன, சரிதானே?

ஒரு போரை வெற்றிகொள்வது மட்டும் போதாது.
அமைதியை கொண்டுவருவதே முக்கியம்
- அரிஸ்டாட்டில்

16

மௌன மொழி

சீன தேசத்தில் மடம் ஒன்று இயங்கி வந்தது. தெளிவான சிந்தனை அறிவு பெற ஒருவர் அங்கு வந்தார். அந்த மடத்தில் இரு முக்கியமான சீடர்கள் இருந்தனர். இருவரும் சகோதரர்கள். ஒருவர் நல்ல படிப்பாளி, புத்திசாலி. மற்றொருவர் சாதாரணமானவர், அவருக்கு கண் ஒன்றும் கிடையாது.

மடத்திற்கு வந்தவர், படிப்பாளி சகோதரரிடம் சென்று தனது நோக்கத்தை விளக்கினார். அவரும், தான் நாள் முழுவதும் படித்த களைப்பில் இருப்பதாகவும், தனது சகோதரரிடம் சென்று மௌன மொழியில் உரையாடுமாறு கூறினார்.

அவரும் அவருடைய சகோதரருடன் சென்று உரையாடத் தொடங்கினார். இவர் ஒரு விரலைக் காட்டினார். உடனே அவர் இரண்டு விரலைக் காண்பித்தார். அடுத்து இவர் மூன்று விரலைக் காண்பித்தார். உடனே அவர் தனது முஷ்டியை தூக்கிக் காட்டினார்.

தான் வந்த நோக்கம் நிறைவேறியதாக வந்தவர் நினைத்தார். படிப்பாளி சகோதரரிடம் தகவலைப் பகிர்ந்துகொண்டு கிளம்ப எத்தனித்தார்.

“சரி, என்ன விவாதித்தீர்கள்?” என்று கேட்டார். “நான் புத்தர் ஒருவர் என்று ஒரு விரலைக் காண்பித்தேன். அவரோ புத்தர் மற்றும் அவரது போதனைகள் என்று இரண்டு விரல்களைக் காண்பித்தார். உடனே நான் புத்தர், அவரது போதனைகள் மற்றும் அவரைப் பின்பற்றுபவர்கள் என்று மூன்று விரல்களைக் காண்பித்தேன். அவர் உடனே இந்த மூன்றும் 'மெய்மையை

உணர்தல்' என்ற 'சிந்தனையால் வருவது' என முஷ்டியை உயர்த்திக் காண்பித்தார். இதைவிட பேரறிவு எனக்கு என்ன வேண்டும். நான் சென்று வருகிறேன்" என்று கூறிவிட்டுப் புறப்பட்டார்.

அவர் சென்றவுடன் அவரது சகோதரர் மிக்க கோபத்துடன் வந்து, "வந்தவர் எங்கே?" என்று வினவினார்.

"ஏன்...? என்ன ஆயிற்று?" என்றார் அவரது சகோதரர்.

"மனிதனா அவர்? எனக்கு கண் ஒன்றுதான் உள்ளது என்று ஒரு விரலைக் காண்பித்தார். வந்த விருந்தினரை அவமதிக்கக் கூடாது என்று அவருக்கு இரண்டு கண்கள் இருப்பதாக நான் இரு விரல்களைக் காண்பித்தேன். பின் அவர் அவருக்கும் எனக்குமாக சேர்த்து மொத்தம் மூன்று கண்கள் என்று மூன்று விரல்களைக் காண்பித்தார். எனக்கு கோபம் தலைக்கேறிவிட்டது. எனது முஷ்டியை உயர்த்தி, அடிப்பேன் என்று சொன்னவுடன் சிட்டாய்ப் பறந்து விட்டார்.

படிப்பாளி சகோதரர் வியப்பில் ஆழ்ந்தார். ஆம், மௌனம் அவரவர் மனநிலைக்கேற்ப வடிகால்களை அறிவை வழங்க வல்லது என்று புரிந்து கொண்டார்.

ஆம், எந்தச் சூழலையும் கையாள மௌனம் மிகச்சிறந்த வகையில் கை கொடுக்கும். பல வார்த்தைகளால் உண்டாகாத பாதிப்பினை மௌனம் ஏற்படுத்த வல்லது.

சரியான வார்த்தைகளால் நமது கருத்துகளையோ, கோபத்தையோ வெளிப்படுத்த இயலாத நிலையில் மௌனம் பல வகைகளிலும் கை கொடுக்கும். குறைந்தபட்சம் தவறான வார்த்தைகளை வெளிப்படுத்தும் பழியிலிருந்தாவது காப்பாற்றும்

என்ன, சரிதானே?

என்னை யாரும் எனது அனுமதியின்றி காயப்படுத்த முடியாது

- மகாத்மா காந்தி

17

இருமையறியும் கலை அறிவோம்

கிராமம் ஒன்றில் குடியானவர் ஒருவர் கழுதை ஒன்றினை வளர்த்து வந்தார். சில நாட்களாக கழுதையின் பணிகளில் அவருக்கு திருப்தி ஏற்படவில்லை. எனவே அதனை விற்று விட முடிவு செய்தார். சந்தை கூடும் நாளில் அந்தக் கழுதையை கூட்டிச்சென்று விற்றுவிட விடியற்காலையிலேயே புறப்பட்டார்.

செல்லும் வழியில் முதலாவதாக அந்தக் கிராமத்தைச் சேர்ந்த ஒரு விவசாயி கண்ணில்பட்டார். "எங்கே சென்று கொண்டிருக்கிறீர்கள்?" என்று அவர் வினவ... குடியானவரும் தன்னுடைய கழுதையின் நிலைமையை விளக்கி விற்க கூட்டிச் செல்வதாகக் கூறினார்.

உடனடியாக அந்த விவசாயி "உங்களுக்கு ஏதும் விவரம் போதவில்லையா? குறுகலான சாலைகளில் பொதிகளை எடுத்துச் செல்ல இந்தக் கழுதையைப் பயன்படுத்தலாம். நமது கிராம முழுக்க பல சாலைகளும் குறுகலானவைகளே. எனவே சிறிய அளவிலான பொதிகளை இக்கழுதையின் மூலம் கொண்டு சென்றால் வாரத்துக்கு குறைந்தபட்சம் 100 ரூபாய் சம்பாதிக்க முடியும்" என்றார்.

அந்தக் குடியானவரோ "அதெல்லாம் சரிப்பட்டு வராது" என்று சொல்லிவிட்டு சந்தையை நோக்கி நடையைக் கட்டினார்.

அடுத்தபடியாக அந்த ஊரில் பால் விற்கும் ஒருவர் குறுக்கிட்டார்.

அவரும் இவருடைய பயண நோக்கத்தை அறிந்து, பேசத் தொடங்கினார்

“நான் விற்கும் பால் ஒரு லிட்டர் நாற்பது ரூபாய்க்குத்தான் போகும். ஆனால் இந்தக் கழுதையின் பாலோ நூறு மில்லியே நூறு ரூபாய்க்குமேல் விற்பனையாகும். இப்படிப்பட்ட அருமையான கழுதையையா விற்கப்போகிறீர்கள்?” என்று விளக்கினார்.

குடியானவருக்கு இவரது பதிலும் திருப்தி தரவில்லை. அவர் மேற்கொண்டு செல்ல முயன்றார்.

வழியில் அடுத்தபடியாக ஒரு ஜோதிடம் சொல்பவரை சந்தித்தார். அவரும் இவரிடம் விவரம் கேட்க... இவர் விவரத்தைப் பகிர்ந்தார்.

உடனடியாக அந்த ஜோதிடரும் “நீங்கள் என்ன, விவரம் புரியாமல் செய்கிறீர்கள்? இந்தக் கழுதை கத்துவது எவ்வளவு நல்ல சகுனத்தைக் குறிக்கும் தெரியுமா? வீடுகளில் சுப நிகழ்ச்சி நடக்கும்போது அந்த இடத்தில் இந்தக் கழுதையை ஓட்டிச் சென்று மாதம் ஒரு தடவை ஏதாவது ஒரு விசேஷத்தில் இந்த கழுதை கத்தினால்கூட போதும், ஆயிரக்கணக்கில் பணம் சம்பாதிக்கலாம். இந்தக் கழுதையைப்போல் விற்கப் போகிறீர்களே?” என்று குறைப்பட்டுக் கொண்டார்

குடியானவருக்கு இதற்கு மேலும் சந்தைக்குச் செல்ல மனம் ஒப்பவில்லை. 'இவ்வளவு அற்புதமான குணங்களைக் கொண்ட கழுதையை ஏன் விற்பனை செய்ய வேண்டும்?' என்று நினைத்து வீட்டுக்குத் திரும்ப அழைத்து வந்துவிட்டார்.

நம்மிடம் உள்ள ஒரு பொருளின் அருமையை நாமே உணர்வது மிகவும் அவசியமானது அல்லது அடுத்தவர்களிடம் கேட்டாவது அறிந்துகொள்ள முயற்சிக்க வேண்டும். அவ்வாறு உணரத் தொடங்கினால் ஒவ்வொரு பொருளின் மகத்துவமும் நமக்கு புரியத் தொடங்கும். வீட்டில் புத்தகங்கள் இருக்கிறது என்று சொன்னால், அதில் உள்ள அறிவைப் பெற முயற்சிக்க வேண்டும். அதுதான் நமக்கும் அழகு. நூலுக்கும் பெருமை.

அதுபோலவே நம்முடைய மனைவி, மக்கள், உற்றார், உறவினர் போன்றவர்களிடமும் உள்ள அரிய குணங்களை நாம் கண்டறிய முயலவேண்டும்.

அவ்வாறு அடுத்தோரின் நல்ல குணங்களை சரியான முறையில் உணரத் தொடங்கினால் நமக்கும் அந்த நல்ல குணங்கள் வாய்க்கும். அவர்களுக்கும் பெருமதிப்பும் மேலிடும். இரு தரப்புக்கும் நன்மை கூடும்.

எல்லோரிடமும் கொள்ளவேண்டியதைக்கொண்டு, தள்ள வேண்டியதை தள்ள வேண்டும்.

என்ன, சரிதான்?

எவர் ஒருவர் அடுத்தவர்களுக்காக வாழ்கிறார்களோ
அவர்கள் மட்டுமே வாழ்கிறார்கள்
- சுவாமி விவேகாநந்தர்

18

கூடுதல் மருந்தும் அன்புதானே...

கிராமம் ஒன்றில் விதவைத் தாய் ஒருவர் தனது மகனுடன் வாழ்ந்து வந்தார். அந்த மகன் அனைத்து தீய பழக்கங்களின் உறைவிடமாயிருந்தான். அந்த தாய் தனது மகன் குறித்து மிகவும் கவலைப்பட்டார். அந்த ஊரில் வாழ்ந்த நற்பண்புகளின் உறைவிடமாயிருந்த சாது ஒருவரை அணுகினார்.

“இவனை எப்படியாவது நீங்கள் நல்வழிக்குத் திருப்ப வேண்டும்” என்று கேட்டுக்கொண்டார்

அந்த சாதுவும் பொறுமையாக அவரோடு உரையாடினார். அது பின்வருமாறு நீண்டது:

“அவனிடம் என்னவெல்லாம் குறையாக பார்க்கிறீர்கள்?”

“இவன் பொய் சொல்லுகிறான், திருடுகிறான், குடிக்கிறான், இன்னபிற தீய செயல்களிலும் ஈடுபடுகிறான். என்னால் இவனை கட்டுப்படுத்தவே முடியவில்லை.”

“அடடா! இவனது நிலை மிகவும் கவலைப்படும்படியாக உள்ளதே?”

“ஆமாம் சாதுவே, இதில் ஏதாவது ஒன்றிலிருந்து அவன் விடுபட்டால்கூட நான் மகிழ்ச்சி அடைவேன். உங்களைப் பற்றி நிறைய கேள்விப்பட்டிருக்கிறேன். அதனால் உங்கள் புத்திமதியவது இவனை திருத்தாதா? என்ற வேட்கையில் வந்துள்ளேன்.”

சாதுவும் வந்திருந்த இளைஞனை மேலும் கீழும் பார்த்துவிட்டு,

“என்னப்பா! உனது தாயார் இப்படி வருந்துகிறார்களே, கொஞ்சம் கொஞ்சமாக நீ நல்வழிக்குத் திரும்ப நிறைய வாய்ப்பு உள்ளது. என்ன செய்யலாம்?” என்று கலந்துரையாட முனைந்தார்.

நல்வாய்ப்பாக அவனும் அவருடன் கலந்துரையாட முன்வந்தான்.

சாது அவனிடம் ஒரே ஒரு விஷயம் மட்டும் உறுதியாகக் கேட்டார்.

“உனது தாயார் நீ ஈடுபடுவதாகச் சொன்ன நான்கு தீய செயல்களில் ஏதாவது ஒன்றை முதலில் விட்டுவிட முயற்சிக்க சம்மதமா?”

“முயற்சிக்கிறேன் சாதுவே”

ஆனால் வாரம் ஒரு முறை என்னைச் சந்தித்து அந்த வாரத்தில் நீ செய்த மற்ற தீய செயல்களையும் பகிர்ந்து கொள்ள வேண்டும். இப்படி செய்தால் போதும். படிப்படியாகத் திருந்தலாம். என்ன, சம்பந்தமா?”

அந்த இளைஞனுக்கும் இந்த வழிமுறை பிடித்திருந்தது. அவனது 4 கெட்ட வழக்கங்களில் மிகவும் இயலாததாக இருந்த மூன்றை விடுத்து,

“நான் இந்த வாரம் பொய் சொல்லாமல் இருக்க முயற்சிக்கிறேன்” என்றான்.

சாதுவும் மிகவும் மன மகிழ்ச்சியோடு அவனைத் திருப்பி அனுப்பி வைத்தார்.

தாயும் மகனும் வீட்டிற்குத் திரும்பினர்.

முதல் நாள் இயல்பாகக் கழிந்தது. அடுத்த நாள் அவன் குடிப்பதற்காகப் புறப்பட்டான். குடிப்பதற்கு கையில் காசு இல்லை. அம்மாவின் பானையிலிருந்த பணத்தைச் திருடச் சென்றான். அப்பொழுதுதான் அவனுக்கு வாரத்தின் இறுதியில் நாம் பொய் சொல்லாமல் இந்த விஷயங்களை சாதுவிடம் பகிர வேண்டுமே? என்ற எண்ணத்தில் 'நம்மால் இப்போது திருட முடியாது. திருடிய பணம் கைவராததால் குடிக்கவும் முடியாது.

நாம் குடிக்காதபோது நாம் இயல்பாகத்தானே இருக்கிறோம்?' இவ்வாறே கட்டுப்பாட்டுடன் அடுத்த மூன்று செயல்களிலும் செய்ய இயலாத நிலைக்குத் தள்ளப்பட்டான்.

ஒரு வாரம் கழிந்தது. பின்னர் சாதுவை சந்தித்தான். இந்த ஒரு வாரத்தில் நடந்ததைப் பகிரச் சொன்னார்.

"உண்மையில் பொய் சொல்லாமல் இருப்பது எளிமை என்று தான் அதனை நான் தேர்ந்தெடுத்தேன். ஆனால் நான் செய்யும் ஒவ்வொரு செயலையும் எனது மனசாட்சி பார்த்துக் கொண்டிருக்கிறது. எனவே என்னால் அடுத்தடுத்த தீய காரியங்களுக்கு நகர இயலவில்லை. நிச்சயமாக நான் நல்ல பிள்ளையாக நடப்பேன்" என்று உறுதி கூறினான்.

உண்மைதான். உண்மை பேசுவதற்கு எதையும் நினைவில் கொள்ளவேண்டியது இல்லை என்று அறிஞர்கள் சொல்லுவார்கள். இளைஞர்கள் எப்படி படிப்படியாக தீய வழிக்குச் செல்கிறார்களோ. அதுபோல படிப்படியாகவே அவர்களுடைய தீய வழியில் இருந்து விலகிக்கொண்டு வரவேண்டும்.

பெரியவர்கள் அவர்களை தீய வழிக்குச் செல்லாமல் இருக்கும் நிலையை உறுதி செய்ய வேண்டும். ஒருவேளை தீயவழியில் சென்றுவிட்டாலும் பொறுமையையும் அன்பையும் கொண்டுதான் நல்வழிப்படுத்த இயலும்.

அன்பு வேலை செய்யவில்லை, என்ன செய்யலாம் என்று கேட்கலாம். ஒரே வழி, பொறுமையை இழக்காமல் கூடுதல் அன்பாயிருப்பது மட்டுமே ஒரே வழி.

நோய் முற்றும்போது மருந்தையா மாற்றுவோம்? மருந்தை கூடுதலாக்குதல்தானே சரி.

என்ன, சரிதானே?

தயாரிப்பானது வாய்ப்பினை சந்திக்கும்போது அதிர்ஷ்டம் பிறக்கிறது

- செனகா

19

ஞானத்தின் பிறப்பிடம்

ஒரு நாள் புத்தரின் சீடர் ஒருவர் மிகவும் ஆவேசத்தோடு ஆசிரமத்துக்குள் நுழைந்தார். புத்தர் அவரது ஆவேசத்திற்கான காரணத்தைக் கேட்டார்.

சீடரும் தனக்கும் தனது சகோதரனுக்கும் தங்களது தாயைப் பராமரிப்பது தொடர்பான ஒப்பந்தத்தில் சிக்கல் எனவும் அவன் எப்போதுமே இதற்கு ஒத்துழைப்பு தர மறுக்கிறான். வயதில் இளையவன் என்பதால் அவன் மிகவும் சலுகைகளை எதிர்பார்க்கிறான் என்று புகார் செய்தார்.

“புத்தரும் சரி, விடு. பிறகு அதைப் பற்றி பேசுவோம். நீ குளத்திற்குச் சென்று குடிக்க எனக்கு கொஞ்சம் நீர் கொண்டு வா” என்றார்.

சீடரும் அவரது வேண்டுகோளை ஏற்று குளத்துக்குச் சென்றார். அந்தக் குளத்தில் அப்பொழுதுதான் கால்நடைகள் நீர் அருந்திவிட்டு குளத்து நீரை கலங்கலாக்கிவிட்டுச் சென்றிருந்தன. எனவே கலங்கிய நீரைக் கொண்டுவர வேண்டாம் என்ற எண்ணத்துடன் காலிகுடத்துடன் சீடர் ஆசிரமத்துக்குத் திரும்பினார்.

ஆசிரமத்துக்கு வந்தவுடன் புத்தரிடம் தண்ணீர் கலங்கியிருப்பதாக கூறினார். உடனே அவருக்கு மாற்றுப் பணியை கொடுத்தார்.

அப்பணி முடிந்த பின்னர் மீண்டும் புத்தருக்கு தண்ணீர் கொண்டு வர குளத்துக்குச் சென்றார்.

அப்பொழுதும் குளத்தின் நீர் சற்று கலங்கியவாறு இருந்தது. சிறிது நேரம் அங்கே தங்கி மாற்றுப்பணிகளைப் பார்த்தார். பின்னர் தண்ணீர் தெளிவான பிறகு கொண்டுவந்து கொடுத்தார்.

“எப்போதோ சென்ற நீ ஏன் இவ்வளவு காலதாமதமாக வந்தாய்?”

“முன்பு கலங்கியிருந்த குளம் நான் சென்றபோதும் கொஞ்சம் தெளிவில்லாமல்தான் இருந்தது.நான் உங்களுக்காக மூலிகைகளைப் பறிக்கும் வேலையில் ஈடுபட்டு பின்னர் மேலும் தெளிவான பிறகு தண்ணீர் கொண்டுவந்தேன். எனவே கால தாமதமாகிவிட்டது.”

“இப்போது சொல், உனது இளைய சகோதரன் செய்தது சரியா? தவறா?”

“அவன் இளையவன், அப்படித்தான் பக்குவம் இல்லாமல் இருப்பான். நான் மூத்தவன், எனவே நானே அவனுக்கு எனது சிரமத்தைப் புரிய வைக்க வேண்டும்”

“காலையில் இல்லாத தெளிவு இப்போது எங்கிருந்து கிடைத்தது?”

“எப்படி குளத்தில் கலங்கி இருந்த நீர் நேரமாக ஆக தெளிவடைந்ததோ, அப்படியே எனது கோபம் எனது மனம் தெளிவாகத் தெளிவாக விளக்கம் பெற்றது.”

“சரி, எனக்குத் தண்ணீரும் உனக்கு ஞானமும் கிடைத்த குளத்துக்கு நன்றி கூறுவோம்”

என்று கூறி புத்தர் முடித்தார்.

எந்த ஒரு விஷயத்தையும் நமது மனம் குழப்பமாய் இருக்கும்போது முடிவு செய்ய நாம் முயற்சிக்கக் கூடாது. அவ்வாறு முயற்சிக்கும் போது பல நேரம் தவறான முடிவுகளே கிடைக்கலாம்.

ஆனால் மனம் தெளிவடைந்த பிறகு தெளிவான முடிவும் கிடைக்கும். எந்த இடத்தில் இருந்து நாம் எதனைப் பெற விரும்பினாலும் அந்த இடம் தெளிவாக இருக்கும்போது நமக்கு தெளிவான விளக்கமும் குழப்பமாக இருக்கும்போது குழப்பமான விளக்கமுமே கிடைக்கும்.

பொறுமை பல நேரம் புத்துணர்ச்சி தரும்.

என்ன, சரிதானே?

கோபமும் சகிப்புத்தன்மையின்மையும் சரியான புரிதலுக்கான பகைவர்கள்

- மகாத்மா காந்தி

20

அன்பு முதலீடாகுமா

ஒரு முறை முயல் ஒன்று தனக்கான வளையினை மிகவும் சிரமப்பட்டுத் தோண்டிக்கொண்டிருந்தது.

அந்த நேரம் பார்த்து நிலப் பன்றி ஒன்று அந்தப் பக்கமாக வந்து முயல் படும் சிரமத்தினைக் கண்ணுற்றது.

உடனே அது "நானும் உனக்கு உதவுகிறேன்" என்று கூறிவிட்டு உதவத் தொடங்கியது.

முயல் மிகவும் அகமகிழ்ந்தது.

"மிகவும் நன்றி! உனது உதவி மட்டும் இல்லாவிடில் நான் நாள் முழுவதும் இதனைத் தோண்டிக்கொண்டிருக்க வேண்டியிருக்கும்."

"அப்படி ஒன்றுமில்லை. உங்களுக்கு உதவுவது எனக்கு மகிழ்வைத் தருகிறது. இப்பணி எனக்குப் பிடித்த இரண்டு செயல்களை ஒருசேரச் செய்ய உதவுகிறது."

"இரண்டு பிடித்த செயல்களா…? அவை என்னவென்று நான் தெரிந்துகொள்ளலாமா…?

"அவசியம் சொல்கிறேன்." ஒன்று "புதியவற்றை உருவாக்குவது" மற்றொன்று "அடுத்தவர்களுக்காக அக்கறைப்படுவது." முயல் திகைப்படைந்து மகிழ்ந்தது.

ஆம். அடுத்தவர்களுக்கு உதவுவதில் எப்போதும் இப்படிப்பட்ட ஆனந்தம் இருக்கிறது. அடுத்தவர்களுக்கு உதவுவதை நமக்குப் பிடித்த செயலாக மாற்றிக்கொள்வதில் அடுத்தவர்கள் துயரும் துடைக்கப்படும். அடுத்தோர்க்கு உதவி செய்து அதனால் அவர்கள் அடையும் மகிழ்ச்சி நமது மகிழ்ச்சியையும் கூட்டும். நமக்கும் நல்ல நினைவுகளைக் கூட்டும். வாழ்நாட்களை நல்ல நினைவுகளால் நிரப்பிக் கொள்வது ஒரு நல்ல கலை.

நாம் எந்தத் தொழிலில் ஈடுபட்டிருந்தாலும் நமது பணியின் மூலமாக நம்மை நாடி வருவோர்க்கு உதவுகிறோம். நாம் செய்யும் உதவியை இரண்டு வகைகளில் செய்யலாம். ஒன்று, கடமைக்காகச் செய்வது. மற்றொன்று, கடமையாகவே நினைத்து அர்ப்பணிப்புடன் செய்வது. முதலாவது வகையில் செயல் நிறைவேறிவிடும். ஆனால் அதன் மூலம் இருதரப்பிற்கும் கிடைக்க வேண்டிய மகிழ்ச்சிக்கு உத்தரவாதம் இருக்காது. இரண்டாவது வகையில் இரண்டும் உறுதிப்படும்.

இதற்கான அடிப்படைத் தேவை செய்யும் தொழிலை விரும்புவதும் அதனை அன்போடு அணுகுவதுமே ஆகும்.

அன்பை முதலீடு செய்து நட்டமடைந்தவர்கள் யாரும் உண்டோ...!

என்ன, சரிதானே?

ஒரு செயலை செய்வதற்கான நம்பிக்கையின்மையிலிருந்தே
கடினமானது உருவெடுக்கிறது
- செனகா

21

சிந்திப்பதா.... நம்புவதா...?

ஒரு பிற்பகல் நேரம் வயதான பெண் ஒருவர் தனது மூட்டை முடிச்சுகளுடன் பாலைவனம் ஒன்றில் நடந்து சென்று கொண்டிருந்தார். கடும்வெயில், காலில் செருப்பு கூட இல்லை.

அந்த நேரம் பார்த்து ஓர் இளைஞர் அங்கே எதிர்ப்படுகிறார். அந்தப் பெண்மணியின் சிரமத்தை புரிந்துகொண்டு அவருடைய முட்டைகளை தனது தோளில் சுமந்துவரத் தொடங்குகிறார்.

மெல்ல அவரிடம் பேச்சுக் கொடுக்கிறார்.

“எங்கம்மா புறப்பட்டு விட்டீர்கள்?”

“என்னால இந்த ஊர்ல இனிமேல் இருக்க முடியாது.”

“ஏன் உங்களுக்கு இந்த ஊரில் என்ன பிரச்சனை

இந்த ஊர்ல நபின்னு ஒரு மந்திரவாதி இருக்கானாம். அவன் பண்ற அட்டகாசமும் அட்டூழியமும் தாங்கல. அவன் நல்லவனும் இல்லை.”

அந்த இளைஞன் பொறுமையாக அந்த மூதாட்டி சொல்வதெல்லாம் கேட்டுக்கொண்டே வந்தான். அவர்கள் ஊரைத் தாண்டி அயலூர் எல்லையை அடைகின்றனர்.

இதனிடையே இந்த மூதாட்டியின் சுமைகளைச் சுமந்த அவனுடைய வியர்வையும் மணமாக இருந்தது.

“ஆனா, பார் தம்பி! இறுதியாக இவ்வளவு அருமையாக உதவக்கூடிய இளைஞர்களும் இதே ஊரில்தான் இருக்கிறார்கள்.

சரி, உன்னோட பெயர் என்ன நான் தெரிஞ்சுக்கலாமா?” என்று கேட்டார் மூதாட்டி.

“இவ்வளவு நேரம் நீங்கள் வைதுகொண்டு வந்த அந்த நபியே நான்தான்” என்றார் நபிகள்.

ஒருவரைப் பற்றி அடுத்தவர்கள் சொல்லும் கோள்களை நம்புவதைவிட தனி மனிதரை நாமே ஆராய்வதே நல்லது.

சிந்திப்பது, நம்புவது இரண்டில் சிந்திப்பது நல்லது. ஆனால் கடினம். நம்புவது எளிது, ஆனால் மாறுதலுக்குட்பட்டது.

ஈகைத் திருநாளில் சிந்திக்கத் தொடங்குவோம்...

என்ன, சரிதானே?

எங்கெல்லாம் செல்கிறீர்களோ அங்கெல்லாம் அன்பை பரப்புங்கள்

- முகமது நபிகள்

22

வன்முறை புரியவைக்குமா?

அது சீன மேதை கன்பூசியஸ் அவர்களின் ஆசிரமம். அந்த ஆசிரமத்தில் பலதரப்பட்ட சீடர்கள் தங்கிப் பயின்று வந்தனர். அதில் ஒரு சீடன் மட்டும் வித்தியாசமானவன். எதற்கெடுத்தாலும் கோபப்படுவான். அவ்வாறு கோபம் வரும்போது அவனால் அவனை கட்டுப்படுத்திக்கொள்ளவே முடியாது.

ஒரு நாள் சக சீடர்களுடன் சச்சரவு ஏற்பட்டது. இதனால் அவனுடைய மூக்கிலிருந்து ரத்தம் வழித் தொடங்கியது.

உடனடியாக அவன் கன்பூசியஸ் அவர்களிடம் வந்தான். “நான் உடனடியாக இறந்து விடுவேன்போலிருக்கிறது. இங்கு படிப்பதாலும் பணிபுரிவதாலும்தான் எனக்கு இந்த நிலைமை. எனவே நான் என்ன செய்ய வேண்டும் என்று எனக்கு அறிவுரை கூறுங்கள்” என்று கூறினான்.

அவர்களது உரையாடல் பின்வருமாறு நீண்டது.

“நீங்கள் எத்தனை பேர் சண்டை போட்டீர்கள்?” “நாங்கள் நான்கைந்து பேர் சண்டை போட்டோம்!”

“தற்போது மற்றவர்கள் அனைவரும் என்ன செய்து கொண்டிருக்கிறார்கள் என்று பார்.”

“அவர்கள் எல்லாம் இயல்பாக விளையாடிக் கொண்டிருக்கிறார்கள்.”

“அப்போது நீ மட்டும் காயம் பட்டிருக்கிறாய்?”

“நான் ஒருவன், அவர்கள் பலர்.”

“இந்தச் சச்சரவில் முதலில் கை ஓங்கியது யார்?”

"நான்தான்."

"உனது வன்முறை மனோபாவமே உன்னைக் காயப்படுத்தியுள்ளது

இந்த ஆசிரமத்தில் இருக்கும் ஒவ்வொருவருடைய செயலுக்கும் நீ எதிர்வினை ஆற்றிக் கொண்டிருந்தால் இப்படித்தான் நடக்கும்."

"பின், என்னதான் செய்வது?"

"இவ்வாறு ஒவ்வொருவரின் செயலுக்கும் முரண்பட்டு சிக்கலை சந்திக்காமல் இருக்கப் பழகு.

அடுத்தவர்கள் ஏதேனும் கூறினால் அது உனக்குப் பிடிக்கவில்லை என்று நினைத்தால் நீ உனது மாற்றுக் கருத்தை மட்டும் பதிவு செய்துவிட்டு அவ்விடத்தைவிட்டு நகர்ந்து விடு. இந்த ஆசிரமத்திலுள்ள அனைவரும் ஒரே மனநிலையுடையவர்கள் அல்லர்."

"சரி, அவர்கள் புரிந்துகொள்ளவில்லையென்றால் என்ன செய்வது?"

"நீ சொல்ல வரும் விஷயத்தை அவர்களுக்குப் புரியும்படி சொல்லாததே. அவர்கள் கோபப்படுவதற்கு காரணம் அவ்வாறு அவர்கள் கோபப்படும்போது நீயும் கோபப்பட்டு கைகளை நீட்டினால் உனக்கு இப்படிப்பட்ட பாதிப்பு ஏற்படத்தான் செய்யும், என்று சொன்னார். ஒருவர் பொறை இருவர் நட்பு, புரிந்து கொள்."

ஆம், நம்மைப்பற்றி பலருக்கும் பல கருத்து இருக்கலாம். ஒருவேளை அவர்கள் கருத்தில் நியாயம் இருக்குமானால் நாம் அதனை உணர்ந்து திருத்திக்கொள்ள வேண்டிய விஷயம் இருக்குமானால் அதைச் செய்ய வேண்டும் அல்லது நாம் செய்வது சரியானது என்று சொன்னால் அவர்களுக்கு அதை புரிய வைக்க வேண்டும் இரண்டும் செய்யாமல் மனதுக்குள் புழுங்கிக்கொண்டிருப்பது, சண்டையிடுவது நமது அமைதியையும் குலைக்கும். நமது வாழ்க்கைத் தரத்தையும் சீர்குலைக்கும்.

என்ன, சரிதானே?

செல்வமானது அறிவாளியின் அடிமை. முட்டாளின் உரிமையாளன்

- செனகா

23

கற்றலின் மறுபக்கம்

ஒரு முறை ஐரோப்பாக் கண்டத்தின் இங்கிலாந்தில் நடைபெற்ற சம்பவம் இது.

அங்கு சென்ற இந்தியர் ஒருவருக்கும் அந்நாட்டைச் சேர்ந்த ஒருவருக்கும் இடையே உரையாடல் நடைபெற்றது. அந்த உரையாடலில் ஆங்கில மொழி பயன்படுத்தப்பட்டது. உள்ளூர்வாசியான அந்த இங்கிலாந்துக்காரர் ஆங்கிலத்தில் தவறாகப் பேசினார்.

உடனே இந்தியர் "நீங்கள் பேசியது சரியா...? இப்படித்தானே வார்த்தைப் பயன்பாடு இருக்க வேண்டும்" என்று சரிசெய்ய முயன்றார்.

உடனே ஆங்கிலேயர் "ஆங்கிலம் எனது தாய்மொழி. என் தாய்மொழியில் நான் பேசும்போது நீங்கள் குற்றம் காண்கிறீர்களே?" என்று வாதாடத் தொடங்கினார்.

உடனே நம்மவரும் விடவில்லை... "நீங்கள் உங்கள் தாய்மொழியைத் தாமாகவே கற்றுள்ளீர். ஆனால் நானோ உங்கள் ஆங்கில மொழியை சிரமப்பட்டு பயின்றுள்ளேன். எனவே தாமாக கற்றுக்கொள்ளும்போது தவறுகள் நேர்வது இயல்பு.

ஒருவர் ஒரு மொழியை அயல் மொழியாகக் கற்கிறார் என்று சொன்னால் அவர் பலரால் கற்பிக்கப்பட வாய்ப்புள்ளது.

இலக்கணரீதியாகவும் சரியாக இருக்க வாய்ப்புள்ளது'' என்று கூறி முடித்தார்.

இந்த உரையாடலில் இப்படிப்பட்ட கருத்து தெரிவித்தவர் வேறு யாருமல்லர், இந்திய மண்ணின் ஆன்மிகச் சிற்பி சுவாமி விவேகானந்தர் அவர்களே!

ஆம், நாம் ஒரு விஷயத்தை கற்றுக்கொள்ளும்போது கிடைக்கும் அளப்பரிய அறிவுக்கும் ஒருவர் தாமாக கற்றுக் கொள்வதற்கும் நிச்சயம் வேறுபாடு உண்டு. ஆனால் அதே நேரம் தாமாகக் கற்கும் ஒருவரால் அதிக விஷயங்களை ஆர்வத்துடன் கற்றுக்கொள்ள இயலும் என்பதையும் மறக்கக்கூடாது.

கற்றல் இயல்பாக நடந்தாலும் அதனை திருத்திக் கொள்ள வாய்ப்புக் கிடைக்கும்போது மறுக்கக்கூடாது என்பதும், நாம் இருக்கும் இடம் எதுவாக இருந்தாலும் அந்த இடத்தில் சரியான கருத்தை விதைக்க நாம் தயங்க கூடாது என்பதும் விவேகானந்தர் நமக்கு அளிக்கும் அறிவுரை, அதை நாமும் எளிதில் பின்பற்ற இயலும். என்ன, சரிதானே?

தொட்டிலிலிருந்து இடுகாடு செல்லும்வரை அறிவைத் தேடுங்கள்

- முகமது நபிகள்

24

திருடர்கள் திருந்தும் வழி

குருநானக் அவர்கள் கிராமம் கிராமமாகச் சென்று நல்ல விஷயங்களை பிரச்சாரம் செய்துகொண்டிருந்த நேரம். ஒரு முறை அவர் கிராமம் ஒன்றுக்குச் சென்றிருந்தார்.

அந்தக் கிராமத்தில் வசித்து வந்த திருடன் ஒருவன் அவரை தம் வீட்டிற்கு வருமாறு அழைப்பு விடுத்தான்.

குருநானக் அவர்கள், "நீ திருடும் தொழிலை மேற்கொண்டுள்ளாய். எனவே நான் உன் வீட்டுக்கு வர இயலாது. ஆனால் நீ எனக்கு நான்கு சத்தியங்கள் செய்து கொடுத்தால் உன் வீட்டுக்கு வருவது பற்றி யோசிக்கலாம்" என்றார்.

உடனே திருடனும் "நீங்கள் நான்கு சத்தியங்களை சொல்லுங்கள். நான் முயற்சிக்கிறேன்."

குரு நானக் கூறலானார்:

"நீ இனிமேல்,

1. ஏழைகள் வீட்டில் திருடக்கூடாது.

2. திருடிய பிறகு பொய் பேசக்கூடாது.

3. ஒரு வீட்டில் உண்ட பிறகு அந்த அந்த வீட்டில் திருடக்கூடாது.

4. உனது தவறுக்காக அடுத்தவர்மீது குற்றம் சொல்லக்கூடாது.

திருடனும் இந்த நான்கு நிபந்தனைகளையும் ஏற்றுக் கொண்டு சத்தியம் செய்ய... குருநானக் அவருடைய வீட்டிற்குச் சென்று உணவு அருந்தினார்.

சில நாட்கள் கழிந்தன. நாம் ஏழை வீட்டில்தானே திருட மாட்டேன் என சத்தியம் செய்து கொடுத்தோம். மன்னர் வீட்டில் திருடலாம்தானே? என்ற நினைப்பில் மன்னர் மாளிகைக்குச் சென்று திருடினான்.

திருடிய பின் காவலாளிகளிடம் அகப்பட்டுக் கொண்டான். அவர்கள் இவரை யார் என்று கேட்க இரண்டாவது சத்தியம் நினைவுக்கு வர தாம் திருடன் என ஒப்புக்கொண்டார்.

“ஐயா! நீங்கள் திருடனாக இருக்க வாய்ப்பில்லை. எமது அரசனின் விருந்தாளியாக இருப்பீர்கள் என்று அவனை அழைத்துச் சென்றனர். அந்த நேரம் மாளிகையில் ஏதோ விருந்து தயாராகிக்கொண்டிருக்க... அங்கு சென்று சில தின்பண்டங்களைத் தின்றுவிட்டான். எனவே மூன்றாவது சத்தியம் நினைவுக்கு வர... திருடிய பொருட்களை எல்லாம் அங்கே போட்டுவிட்டு வந்துவிட்டான்.

மறுநாள் காலை மாளிகையில் நடந்த திருட்டைப்பற்றி விசாரணை நடத்தி உள்ளூர் அப்பாவிகள் சிலரைத் தண்டிக்க முனைந்தனர். இந்த விஷயம் திருடன் காதுக்கு எட்டியது. உடனே திருடனுக்கு நான்காவது சத்தியம் நினைவுக்கு வர... ஓடி வந்து “நான்தான் திருடினேன் அவர்களை ஒன்றும் செய்யாதீர்கள்” என்று வாதாடினான்.

விஷயம் மன்னருக்குச் சென்றது. மன்னர் வந்து விசாரித்தார். திருடனும் குருநானக் அவர்களுக்கு செய்து கொடுத்த நான்கு சத்தியங்களை கூறினான். மன்னரும் அவனை மன்னித்து விடுவித்தார்.

உடனடியாக “நான் மன்னர் முன்னிலையில் ஐந்தாவது சத்தியத்தை செய்கிறேன்.

நான் இனிமேல் எங்கும் திருட மாட்டேன்” என்று உறுதிமொழி எடுத்துக்கொண்டான்.

உண்மைதான். போகிற போக்கில் திருடனை மனம் மாறச் செய்ய குருநானக் அவர்கள் செய்த வழிமுறையைப் பாருங்கள். ஒரு மனிதன் தவறான பாதையில் செல்கிறான் என்றால் அவனைத் திருத்த யாராலும் இயலாது. அவனாகத் திருந்தினால்தான் உண்டு. அவர்களாகவே திருந்தும் வழியைக் கண்டறிய வழிகாட்டுவதாலேயே குருநானக் போன்றோர் ஒரு சமயத்தையே நிறுவி வழிநடத்தும் வல்லமை பெற்றிருந்தனர்.

திருடனாய்ப் பார்த்து திருந்தாவிட்டால் திருட்டை ஒழிக்க முடியாது...

என்ன, சரிதானே?

உங்களது வாழ்வின் மகிழ்ச்சி உங்கள் எண்ணத்தின் தன்மையை
அடிப்படையாகக் கொண்டே அமைகிறது
- மார்கஸ் அரேலியஸ்

25

அமைதியின் பாதை

மனிதர் ஒருவர் மிகவும் அமைதியில்லாத மனநிலையில் வாடினார். எப்படியாவது மனஅமைதி பெற வேண்டி ஜென் குரு ஒருவரின் மடத்திற்குச் சென்றார்.

அங்கு இருந்த ஜென் குருவும் இவரது நிலையினை நன்கு புரிந்துகொண்டார். அவரை இன்முகத்தோடு வரவேற்று உரையாடினார். இதனால் அவர் அமைதி மனநிலையை அடைந்தார். பின்னரும் ஏதோ ஒன்று குறைவதுபோல் அவருக்கு இருந்தது. இதனை குருவிடம் பகிர்ந்துகொண்டார்.

குருவும், அங்கு இருப்போரில் அவருக்கு விருப்பமானவர் எவரோ அவரிடம் சிறிது நேரம் பழகிவிட்டு உரையாடச் சொன்னார்.

அந்தச் சீடரும் அவ்வாறே பழகிவிட்டு, உரையாடிவிட்டு குருவிடம் திரும்பினார்

"எப்படி இருந்தது?" என்று குரு வினவினார்.

"எனது மனஅமைதி மேலும் கூடியுள்ளது."

"எப்படி?" என்றார் குரு.

"நான் சந்திக்கவிருக்கும் விஷயங்களில் என்னால் அப்போதைக்கு மாற்ற இயலாதவற்றிற்கு ஆம் அது அப்படித்தான் எனக் கூறக் கற்றுக்கொண்டு விட்டேன்" இதனைத்தான் அந்த சீடர் செய்ததாகவும் கூறினார்.

ஆம் நண்பர்களே! நாம் சந்திக்கும் பல்வேறு சூழல்களை நாம் எவ்வாறு எடுத்துக் கொள்கிறோம் என்பதிலேயே நமது மன அமைதி தொலைகிறது.

உதாரணமாக, பூட்டு ஒன்றினைத. திறக்க முயல்கிறோம். அது, அதனது சாவி என்றால் ஓரிரு முயற்சிகளில் திறந்து விடும். தவறான சாவியைப் போட்டு எவ்வளவு நேரம் முயன்றாலும் திறக்காது. இந்நிலையில் சரியான சாவியைக் கண்டுபிடிக்கும் வரை பொறுமையாக செயல்படுவதே மன அமைதியைக் கொடுக்கும்.

சூழல் மாறும் வரை அல்லது மாற்றப்படும் வரை அமைதி காப்பதே சிந்திக்க உதவும், மனஅமைதிக்கு இட்டுச் செல்லும்...

என்ன, சரிதானே?

திருப்தியே மிகப்பெரிய செல்வம்

- முகமது நபிகள்

●●●

www.ingramcontent.com/pod-product-compliance
Lightning Source LLC
LaVergne TN
LVHW060417051026
849518LV00007B/2587
* 9 7 8 8 1 9 7 7 8 0 0 4 2 *